ഗ്രീൻ ബുക്സ്

പ്രഥമദൃഷ്ട്യാ

നിഖിലേഷ് മേനോൻ

കൊല്ലം ജില്ലയിൽ ജനനം.
എം.ഒ.എസ്.സി. മെഡിക്കൽ കോളേജ് കോലഞ്ചേരി,
സെന്റ് ജോൺസ് മെഡിക്കൽ കോളേജ് ബാംഗ്ലൂർ,
ലണ്ടൻ സ്കൂൾ ഓഫ് ഹൈജീൻ & ട്രോപ്പിക്കൽ
മെഡിസിൻ ലണ്ടൻ എന്നിവിടങ്ങളിലായി വിദ്യാഭ്യാസം.
രണ്ടു റിസർച്ച് പേപ്പറുകളും
രണ്ടു ഷോർട്ട് ഫിലിമുകളും രചിച്ചിട്ടുണ്ട്.
ഇപ്പോൾ ആരോഗ്യവകുപ്പിൽ ജോലി ചെയ്യുന്നു.

നോവൽ

പ്രഥമദൃഷ്ട്യാ

നിഖിലേഷ് മേനോൻ

ഗ്രീൻ ബുക്സ്

green books private limited
gb building, civil lane road, ayyanthole,
thrissur- 680 003, kerala, ph: +91 487-2381066, 2381039
website: www.greenbooksindia.com
e-mail: info@greenbooksindia.com

malayalam
pradhamadrishtya
(novel)
by
nikhilesh menon

first published march 2020
copyright reserved

cover design : mansoor cheruppa

branches:
thrissur 0487-2422515
thiruvananthapuram 0471-2335301
calicut 0495 4854662
ernakulam 8589095302

isbn : 978-93-89671-39-1

GBPL/1141/2020

സിനിമാക്കഥ ആയിട്ടാണ് ഈ നോവലിന്റെ തുടക്കം. താരഡേറ്റുകളിലും സാറ്റലൈറ്റ് റൈറ്റുകളിലും തട്ടിത്തടഞ്ഞ് അതിലങ്ങു മാറാല കേറുവാൻ തുടങ്ങിയപ്പോൾ "എന്നാൽപ്പിന്നെ ഞങ്ങളെല്ലാവരും കൂടി ഒരു പുസ്തകത്തിലേക്ക് അങ്ങ് കയറിക്കൂടുവാ" എന്ന അലക്സ് മോറിസ്സിന്റെയും സംഘത്തിന്റെയും ധാർഷ്ട്യത്തിനു മുന്നിൽ വഴങ്ങിക്കൊടുത്തു എന്നതാണ് പച്ച പരമാർത്ഥം.

അപ്പോഴും സ്ഥിതിഗതികൾ സുഗമമായിരുന്നില്ല. "എന്തൊരു ബോർ ആണ് നിഖിലേഷ്, ഇതിലെ ഗോവൻ പോർഷൻസ് ഒക്കെ" എന്നു കാർക്കശ്യക്കാരിയായ പ്രധാന അധ്യാപികയുടെ മുഖഭാവത്തോടെ ചീഫ് എഡിറ്റർ പറഞ്ഞപ്പോൾ, അതുവരെ എഴുതിക്കൂട്ടിയത് ഒക്കെയും ചവറ്റുകൊട്ടയുടെ അളവെടുപ്പിനായി സംഭാവന ചെയ്തു. കയ്യെഴുത്തുപ്രതിയിൽ ശസ്ത്രക്രിയ തുടങ്ങി. തൃപ്തി വന്നു എന്നായപ്പോൾ വീണ്ടും അതുമായി എഡിറ്ററുടെ മുന്നിൽ ഹാജർ വെച്ചു. "ഇപ്പോൾ വലിയ കുഴപ്പം ഇല്ല" എന്ന ഉത്തരത്തിൽ, "ഇത് വായിക്കുന്നവർക്കാണോ, അല്ലാത്തവർക്കാണോ കുഴപ്പം വരാത്തത്" എന്ന സ്വാഭാവിക സംശയത്തിന് വ്യക്തത വരുത്തുവാൻ നിന്നില്ല.

എന്തായാലും നിങ്ങൾ ഇന്ന് വായിച്ച രൂപത്തിൽ ഈ പുസ്തകം പുറത്തു വന്നതിൽ ഒരുപാടു പേരോടു നന്ദി പറയുവാനുണ്ട്. നോവലിന്റെ ആദ്യ ഡ്രാഫ്റ്റുകൾ മുതൽ വായനക്കാരായി, പ്രചോദന ത്തിൽ പിശുക്കു കാട്ടാത്ത ഡോക്ടർ പ്രസീദ, സുഹൃത്ത് ആശിഷ് ബെൻ അജയ്, ഒരുപക്ഷേ

നിങ്ങൾ ഇല്ലായിരുന്നുവെങ്കിൽ ഒരിക്കലും ഈ നോവൽ പൂർത്തിയാക്കുവാനുള്ള ക്ഷമ എനിക്കുണ്ടാവുമായിരുന്നില്ല. ഡോ. ഗണശ്രീ, ശ്രീ. അരുൺകുമാർ, ശ്രീ വിനു ഗോപാൽ, 'ബ്ലോസ്സ'ത്തിലെ അബ്ദുൾ ലത്തീഫ്, യഥാർത്ഥ അലക്സ് മോറിസ്സിനെ കഥയ്ക്കായി വിട്ടുതന്ന ഡോ. റോഷ്നി, കൂട്ടയ്ക്കു കൂടെ നിന്ന ഹരീഷ്കൃഷ്ണൻ, ഈ പുസ്തകം കാരണം ഇല്ലാത്ത വായനാശീലം കഷ്ടപ്പെട്ട് ഉണ്ടാക്കിയെടുത്ത ഭാര്യ ഡോ. ഹരിശ്രീ. ഇനിയും ഉണ്ട് ഒരുപാട് പേർ.

ഈ പുസ്തകം പ്രസിദ്ധീകരിക്കാൻ ഏറ്റെടുത്ത ഗ്രീൻ ബുക്സ്...

എല്ലാറ്റിനും ഉപരി സർവ്വേശ്വരനോട് നന്ദി...

നിഖിലേഷ് മേനോൻ

അവതാരിക

ഡോക്ടർ നിഖിലിനെ ഞാൻ ആദ്യമായി ശ്രദ്ധിക്കുന്നത് ഫേസ്ബുക്കിലെ റീഡേഴ്സ് സർക്കിൾ കൂട്ടായ്മയിൽ, മലയാളസാഹിത്യവും പൾപ്പ് ഫിക്ഷനും എന്ന ഒരു പോസ്റ്റി ലൂടെയാണ്. നിഖിൽ എന്റെ 307.47 എന്ന പുസ്തകം വായിക്കു കയും വിമർശനാത്മകമായ ഒരു പുസ്തകനിരൂപണം എഴുതുകയുമുണ്ടായി. പിന്നീടെപ്പോഴോ ഞങ്ങൾ തമ്മിൽ മെസ്സേജുകൾ കൈ മാറി.. തമ്മിൽ കണ്ടിട്ടില്ലെങ്കിലും പതിയെ പതിയെ ഒരു സൗഹൃദം ഞങ്ങൾ പോലുമറിയാതെ തളിർത്തു. ഇംഗ്ലീഷ് ത്രില്ലർ നോവലുകൾ ഒത്തിരി വായിക്കുന്ന, ബ്ലോഗിങ്ങ് ഇഷ്ടപ്പെടുന്ന പുസ്തകസ്നേഹിയായ ഒരു ഡോക്ടർ. നിനച്ചിരിക്കാതെ ഒരു ദിവസം പുള്ളിക്കാരൻ എന്നെ ഫോണിൽ വിളിച്ചു. ഒരു മലയാളം ത്രില്ലറിന്റെ കയ്യെ ഴുത്ത്പ്രതി ശരിയാക്കിയിട്ടുണ്ട് വാട്സാപ്പിൽ അയച്ചിട്ടുണ്ട്, വായിച്ചു നോക്കിയിട്ട് അഭിപ്രായം പറയാമോ എന്നും.. ആദ്യ മായിട്ടാണ് എനിക്ക് ഇങ്ങനെ ഒരു അനുഭവം... ഞാൻ ഓക്കേ പറഞ്ഞു. ഓഫീസിൽ നിന്ന് ഓടിപിടച്ചു വീടെത്തി, വളരെ ആവേശത്തോടെ ഞാനാ കയ്യെഴുത്തുപ്രതി ഒറ്റയിരുപ്പിനു തന്നെ വായിച്ചു തീർത്തു. മലയാളത്തിലെ ആദ്യത്തെ മെഡിക്കോ ലീഗൽ ത്രില്ലർ എന്ന് വിശേഷണം എന്തുകൊണ്ടും ഈ പുസ്തകത്തിനു നന്നായി ഇണങ്ങും..

മലയാള സാഹിത്യലോകം ഇപ്പോൾ കടന്നു പോകുന്നത് ത്രില്ലർ നോവലുകളുടെ വസന്തകാലത്തിലൂടെയാണ്.. എൺ പതുകളിലും തൊണ്ണൂറുകളിലുമൊക്കെ കോട്ടയം പുഷ്പനാഥ് സാറിന്റെയും ബാറ്റൺ ബോസ് സാറിന്റെയും തൂലികകളിൽ പിറന്ന ത്രില്ലറുകൾ വായിച്ചു രസം പിടിച്ച മലയാളികളുടെ മുൻപിലേക്ക്, നീണ്ട ഒരു ഇടവേളയ്ക്ക് ശേഷമാണ് മലയാള സാഹിത്യലോകം ലാജോ ജോസിന്റെയും ശ്രീപാർവതി യുടെയും അഖിൽ. പി.ധർമ്മജന്റെയുമൊക്കെ ത്രില്ലറുകൾ

വെച്ച് നീട്ടുന്നത്. നിഖിലിന്റെ പുസ്തകം വായിച്ചു തീർന്ന പ്പോൾ എനിക്ക് ലഭിച്ച ഔട്ട്പുട്ടും സമാന രീതിയിലുള്ളത് തന്നെയായിരുന്നു. ബ്ലോഗിങ്ങ് കൈമുതലായി കൊണ്ട് നടക്കു ന്നത് കൊണ്ടാവണം ഓരോ വരികൾക്കും നല്ലൊരു ഒഴുക്കുണ്ട്. നല്ലതുപോലെ ഇരുത്തം വന്ന എഴുത്ത്, തികഞ്ഞ ഭാഷാ ശുദ്ധി. വളരെ ചുരുങ്ങിയ താളുകൾ മാത്രമേയുള്ളുവെങ്കിലും അവയ്ക്കുള്ളിൽതന്നെ നിഗൂഢതയും സസ്പെൻസും വേണ്ടു വോളം നിറച്ച് വായനക്കാരന്റെ മനസ്സിൽ ആകാംക്ഷയും ജിജ്ഞാസയും ജനിപ്പിക്കുവാൻ എഴുത്തുകാരന് സാധിച്ചി ട്ടുണ്ട് എന്ന് നിസ്സംശയം പറയാം. ഒരു ക്രൈം ത്രില്ലർ എന്താ വണം, അത് എങ്ങനെയാകണം എന്ന് വിളിച്ചോതുന്ന പുസ്തകം. തിരക്കുകൾ നിറഞ്ഞ ഔദ്യോഗിക ജീവിത ത്തിനിടയിലും തന്റെ സ്വപ്നസാക്ഷാത്കാരത്തിനായി അഹോ രാത്രം പ്രയത്നിച്ച ഡോക്ടർ നിഖിലിനു എന്റെ ആശംസകൾ.. Chase your dreams..Dreams do come true..

നിഖിലിന്റെ പുസ്തകത്തിന്റെ കയ്യെഴുത്ത് പ്രതി വായിക്കു വാൻ അവസരം ലഭിച്ച ചുരുക്കം ചിലരിൽ ഒരാളാകാൻ സാധിച്ചു എന്നുള്ളത് തന്നെ എനിക്ക് ലഭിച്ച വലിയൊരു അംഗീകാരമായി ഞാൻ കരുതുന്നു. ഈ പുസ്തകം നിങ്ങളെ നിരാശപ്പെടുത്തില്ല... തീർച്ച. അലക്സ് മോറിസും കൂട്ടരും നിങ്ങൾക്ക് വേണ്ടി കാത്തിരിക്കുന്നു..

ആശിഷ് ബെൻ അജയ്

An Eye for an Eye Makes the
Whole World Blind

Mohandas Karamchand Gandhi

പ്രാരംഭം

ഇരുട്ടിന്റെ കമ്പളം പുതച്ച് സുന്ദരിയാവാൻ ശ്രമിച്ച നഗര ത്തിന്റെ സ്വാർത്ഥതയെ മനസ്സാ പഴിച്ചുകൊണ്ട് ബസ്സ്റ്റോപ്പ് ലക്ഷ്യമാക്കി നടന്നുകൊണ്ടിരുന്ന അവളുടെ കാലുകൾ വേദനിച്ചു തുടങ്ങിയിരുന്നു. ദൂരയാത്രയ്ക്കായി രാത്രി വാഹനം ആശ്രയിക്കേണ്ടിവന്ന വിധിയെ ചെറുക്കുവാനുള്ള സാമ്പ ത്തികശേഷി അവൾക്കോ കുടുംബത്തിനോ ഇല്ലാത്തതിൽ മനസ്സ് ആരോടെന്നില്ലാതെ പരാതി പറഞ്ഞുകൊണ്ടിരുന്നത് കേട്ടില്ലെന്നു നടിച്ചു.

ബസ്സ്റ്റോപ്പിന്റെ വെളിച്ചത്തിലേക്കെത്താൻ പത്തുമിനിറ്റു കൂടി... അവൾ സമാധാനിച്ചു. മനസ്സിന്റെയും കാലിന്റെയും കലഹത്തിനിടയിൽ തന്നെ പിൻതുടർന്നു വന്ന നിഴലുകളെ അവൾ കണ്ടില്ല. ദൃഷ്ടിയിലേക്ക് അവ എത്തിയപ്പോഴേക്കും മൂർച്ചയുള്ള, പേര് അജ്ഞാതമായ, ഏതോ ആയുധം അതിന്റെ പൂർണ്ണ ശക്തിയോടെ അവളുടെ ശിരസ്സിൽ പതിച്ചു കഴിഞ്ഞിരുന്നു.

ശിരസ്സിലേറ്റ മുറിവിൽ നിന്നും രക്തം വാർന്നൊഴുകുന്നുണ്ടാ യിരുന്നു. ഇരുട്ട് കാഴ്ചയെ മൂടുന്നത് അവൾ അറിഞ്ഞു; ബോധം മെല്ലെ മറയുന്നതും. 'എല്ലാം അവസാനിക്കുക യാണ്.' അവളുടെ മനസ്സ് ആവർത്തിച്ചു.

ദേഹം ദേഹിയെ വെടിയുമ്പോഴും ഈ കടുത്ത ശിക്ഷ ഏറ്റുവാങ്ങാൻ മാത്രം താൻ ചെയ്ത തെറ്റ് എന്തായിരുന്നു എന്ന് ആരും അവൾക്കു പറഞ്ഞുകൊടുത്തില്ല.

ഭാഗം ഒന്ന്

അലക്സ് മോറിസ്സിന്റെ ബ്ലോഗ് പോസ്റ്റുകൾ
അനുമതിയോടെ പ്രസിദ്ധീകരിക്കുന്നത്

2018 ജൂൺ 26 ബുധൻ

"Motor accident in Paali Hill, One Lone Survivor"

വടിവൊത്ത ചുവന്ന അക്ഷരങ്ങളിൽ ഇൻഫോഗ്രാഫിക്സിന്റെ അകമ്പടിയോടെ പ്രസിദ്ധീകരിക്കപ്പെട്ട ആ വാർത്തയ്ക്കു കീഴെയായി ഏതാണ്ട് മുപ്പതിനോട് അടുത്തു പ്രായം തോന്നിക്കുന്ന ഒരു യുവതി യുടെ ചിത്രവും ഉണ്ടായിരുന്നു. എന്തുകൊണ്ടോ, ആദ്യ കാഴ്ചയിൽ പി. പത്മരാജന്റെ 'ഇന്നലെ' സിനിമയാണ് ഓർമ്മയിൽ തെളിഞ്ഞത്. ഭർത്താവ് ജീവനോടെ ഉണ്ടായിട്ടും മറ്റൊരു പുരുഷനെ നല്ല പാതിയായി സ്വീകരിച്ച് ജീവിക്കേണ്ടിവന്ന പെൺകുട്ടിയുടെ കഥ. ഇറങ്ങിയ കാല ഘട്ടത്തിൽ ആ ചലച്ചിത്രം സാമ്പത്തികമായി വിജയിച്ചിരുന്നുവോ? അത്തരത്തിലുള്ള കഥകൾ ഇനിയും ഉണ്ടാകുമോ? അറിയില്ല.

ചിന്തകൾ നിദ്രയ്ക്ക് വഴിമാറിക്കൊടുത്തു എന്നു ഉറപ്പിച്ചപ്പോഴാണ് 46,000 രൂപയ്ക്ക് ആമസോൺ വീട്ടുപടിക്കൽ എത്തിച്ചു തന്ന വൺപ്ലസ് വൺ ശബ്ദിച്ചത്. പാതിമയക്കത്തിൽ എൽസിഡി സ്ക്രീനിലെ പേര് ശ്രദ്ധിച്ചു.

"ഇൻ കമിംഗ് കാൾ-സുധാകർ, ടൈംസ്"

ടൈംസ് ഓഫ് ഭാരതിന്റെ സൗത്ത്ബ്യൂറോ ചീഫ് സുധാകർ. മോഡൽ കോളേജ് സതീർത്ഥ്യൻ. രാഷ്ട്രീയ പ്രവർത്തനവും അസ്ഥിക്കു പിടിച്ച പ്രണയവുമായി (ക്ലീഷേ വരികളാണ്! ജീവിതം പണ്ടാരോ പറ ഞ്ഞതുപോലെ, പലപ്പോഴും ക്ലീഷേകളുടെ മഹാസമ്മേളനം ആണല്ലോ!) മോഡൽ ക്യാമ്പസിൽ ഈൗങ്കിലാബ് വിളിച്ചു നടന്നപ്പോൾ കൂടെയുണ്ടാ യിരുന്ന ആത്മമിത്രം. അവിടെനിന്ന് പിരിഞ്ഞ് പിന്നീടുള്ള പത്തു വർഷ ങ്ങൾക്കിപ്പുറം സോഷ്യൽവർക്കിലും ക്ലിനിക്കൽ സൈക്കോളജിയിലും ബിരുദവുമായി ഞാൻ നാട്ടിലെത്തിയപ്പോഴേക്കും അവൻ നഗരത്തിലെ അറിയപ്പെടുന്ന പത്രപ്രവർത്തകരുടെ 'ഇന്നർ സർക്കിളിൽ' 'പ്രോമി സിംഗ് സ്ക്രൈബ് ഓഫ് അവർ ജനറേഷൻ'എന്ന സൽ(?ദുഷ്)പ്പേര് സമ്പാദിച്ചു കഴിഞ്ഞിരുന്നു. (ആരുടെയൊക്കെയോ നോട്ടപ്പുള്ളിയായി

മാറിയിരുന്നു എന്നു വ്യംഗ്യം.) ഏതോ മണിപ്ലാന്റ് സ്കീം തട്ടിപ്പ് ടീമിനെതിരേയുള്ള സ്റ്റിങ് വീഡിയോ റിപ്പോർട്ട് നൽകിയ മെലേജ്.

Anyways, good for him.

"ഹലോ, അലക്സ്... അലക്സ് മോറിസ്സ്..." സുധാകറിന്റെ ശബ്ദ ത്തിൽ ഗൗരവം. അല്പം സീരിയസ്സായ വിഷയം പറയുവാൻ തുടങ്ങു മ്പോൾ മാത്രമേ അവൻ എന്റെ മുഴുവൻ പേര് വിളിക്കാറുള്ളൂ.

"എന്താടാ...?"

"നീ പാലി ഹിൽ അപകടത്തെപ്പറ്റി കേട്ടിരുന്നോ...?"

"ഉം. ഇന്ന് പത്രത്തിൽ കണ്ടിരുന്നു."

"ഇന്നത്തെയോ...? ആക്സിഡന്റ് നടന്നിട്ട് ഇപ്പോൾ മൂന്ന് ആഴ്ച യായി."

മേശപ്പുറത്തു കിടന്നിരുന്ന വർത്തമാന പത്രത്തിലെ തീയതി അപ്പോഴാണ് ശ്രദ്ധിച്ചത്. ജൂൺ 5, ഇരുപതു ദിവസങ്ങൾക്കു മുൻപുള്ളത്. ജാള്യത മറിച്ചുവെയ്ക്കാൻ പണിപ്പെട്ടുകൊണ്ട് ഞാൻ തുടർന്നു:

"ഇതു പറയാനാണോ, ഈ നട്ടപ്പാതിരയ്ക്ക് എന്റെ ഉറക്കോം മുടക്കി ശല്യപ്പെടുത്തിയത്? എന്നാ സുധാകരാ, നിനക്കു ഇപ്പോൾ വേണ്ടേ?" ദേഷ്യം നടിക്കുവാൻ ശ്രമിച്ചു.

"അലക്സ്, നീ ഇപ്പോൾ എവിടെയുണ്ട്?"

"പുനർജ്ജനിയിൽ."

"എന്നാൽ പത്തു മിനിറ്റിനകം ഞാൻ അവിടെയെത്തും. ദേർ ഈസ് സംതിങ് അർജന്റ്..."

മറുത്തെന്തെങ്കിലും പറയുവാൻ കഴിയുന്നതിനു മുമ്പ് കോൾ കട്ടായി.

2018 ജൂൺ 27 വ്യാഴം

മൂന്ന് ആഴ്ചയ്ക്ക് മുൻപ് നടന്നു എന്നു പറയപ്പെടുന്ന ഒരു റോഡപക ടത്തെപ്പറ്റി സംസാരിക്കുവാൻ ഈ പാതിരാനേരത്ത്, ഇത്ര ധൃതിയോടെ സുധാകർ എന്നെത്തേടി വരുന്നതിന്റെ ഔചിത്യം എത്ര ആലോചിച്ചിട്ടും പിടി കിട്ടിയില്ല. പുലരുവോളം കാത്തിരിക്കുവാൻ സാധിക്കാത്തത്ര എന്ത് അടിയന്തിരസ്ഥിതിയാണ് ഇതിൽ? അല്ലെങ്കിൽത്തന്നെ എവിടെ യാണ് ഈ പാലിഹിൽ? 'ജീവിതം യൗവനതീക്ഷ്ണവും ഹൃദയം പ്രേമസുരഭിലവുമായിരുന്ന കോളേജ് പഠനകാലത്ത്' രണ്ട് തുള്ളി അകത്തു ചെന്നാൽ ഉണ്ടാകുന്ന ഭ്രാന്തൻ ചിന്തകളെ 'ഓഫ്‌ലോഡ്' ചെയ്യുവാൻ സ്ഥിരമായി അവൻ കൂട്ടുപിടിച്ചിരുന്നത് എന്നെയായിരുന്നു. ഇനി അത്തരത്തിലുള്ളൊരു രാത്രിയാണോ അവൻ ഉദ്ദേശിക്കുന്നത്?

പാലി ഹിൽ– ഗൂഗിളിനോട് ചോദിക്കാനാണ് മനസ്സ് പറഞ്ഞത്!

* Pali hill accident, The lone survivor in ICU. (പാലിഹിൽ അപ കടം : രക്ഷപ്പെട്ട യുവതി അപകട നില തരണം ചെയ്തു.)

* Pali Hill : Victim speaks. (ബചിൽ അപകടം . യുവതിയുടെ ഭർത്താ വിനായി തിരച്ചിൽ തുടരുന്നു..)

ഒരു പൂ ചോദിച്ചപ്പോൾ, പൂക്കാലം തന്നെ എന്ന മട്ടിൽ മുന്നിലേക്ക് തലങ്ങും വിലങ്ങും ന്യൂസ് ലിങ്കുകൾ എറിഞ്ഞു തന്നുകൊണ്ടാണ് എന്റെ ചോദ്യത്തോടു ഗൂഗിൾ പ്രതികരിച്ചത്. അതിൽ ഏറ്റവും ഒടുവിലായി വന്ന വാർത്താ ശകലത്തിലാണ് കണ്ണുടക്കിയത്.

സ്വന്തം ലേഖകൻ : പാലിഹിലിൽ മൂന്നാഴ്ച മുൻപു നടന്ന അപകട ത്തിൽ രക്ഷപ്പെട്ട ഏക യുവതിയുടെ ഭർത്താവിനായുള്ള അന്വേഷണം തുടരുന്നു. യുവതിക്കൊപ്പം സഞ്ചരിച്ചിരുന്ന ഭർത്താവും മറ്റു 29 യാത്ര ക്കാരോടൊപ്പം മരണപ്പെട്ടു എന്നാണ് വിശ്വസിക്കപ്പെടുന്നത്. എന്നാൽ യുവതിയുടെ ഭർത്താവിന്റെ മൃതശരീരം ഇതുവരെയും കണ്ടെത്തുവാൻ സാധിക്കാത്തത് അന്വേഷണ സംഘത്തിന് വെല്ലുവിളിയായി. അപകട ത്തിന്റെ ആഘാതത്തിൽ മൃതദേഹം പാലിഹിൽ ഹെയർപിൻ

ബെൻഡിൽ നിന്ന് കീഴേയുള്ള താഴ്വരയിലേക്കു തെറിച്ചു പോയിരി ക്കുവാനുള്ള സാധ്യതയും ഉണ്ടെന്ന് സ്പെഷ്യൽ ഓഫീസർ ഡേവിഡ് വിൻസെന്റിനെ ഉദ്ധരിച്ച് വാർത്താ ഏജൻസി റിപ്പോർട്ട് ചെയ്യുന്നു.

തുടർന്ന് വായിക്കുവാനുള്ള ശ്രമത്തെ ചെറുത്തത് പുറത്തെ വാതി ലിൽ ശക്തമായി മിടിക്കുന്ന ശബ്ദമാണ്.

"അലക്സ്, അലക്സ്..."

സമയം പുലർച്ചെ 1.30നോട് അടുത്തുവെങ്കിലും അതൊന്നും തന്നെ ബാധിക്കുന്ന വിഷയമല്ല എന്ന ഭാവേന, കണ്ഠനാളത്തിന്റെ ബലം പരീ ക്ഷിക്കുമാറുച്ചത്തിൽ തന്നെയാണ് സുധാകറിന്റെ ശബ്ദം. അലർച്ച കേട്ട് 'പുനർജനിയിലെ' മറ്റു അന്തേവാസികൾ സുഷുപ്തിയിൽ നിന്നുണർന്ന്, എനിക്കെന്തോ അനർത്ഥം സംഭവിച്ചു എന്നു വിചാരിച്ച് മുറിക്കു പുറത്ത് ഓടിക്കൂടുമോ എന്നു ഞാൻ ഭയന്നു. ദ്രുതഗതിയിൽ വാതിലിന്റെ സാക്ഷ വലിച്ചു തുറക്കുവാൻ എനിക്കുണ്ടായ പ്രചോദനവും മറ്റൊന്നായിരുന്നില്ല. നര കയറിത്തുടങ്ങിയ താടി രോമങ്ങളിലൂടെ വിരലുകൾ ഓടിച്ചുകൊണ്ട് നിന്നിരുന്ന സുധാകറിനു നാല്പത്തി അഞ്ചിലും പ്രായമുള്ളതായി തോന്നി. സാധാരണഗതിയിൽ സദാ സരസനും സുസ്മേരവദനുമായ അയാളുടെ മുഖം ആശങ്കയുടെ കാർമേ ഘങ്ങളാൽ മുടപ്പെട്ടിരുന്നു.

"അലക്സ്, ഡ്രൈവറും ക്ലീനറും അടക്കം 29 പേരാണ് മരണ പ്പെട്ടത്; പാലിഹിൽ ഹെയർപിൻ ബെൻഡിൽ ഉണ്ടായ ലക്ഷുറി ബസ്സ് അപകടത്തിൽ...."

ഇരിക്കുവാൻ പോലും കൂട്ടാക്കാതെ കഷണ്ടി കയറിത്തുടങ്ങിയ ശിരസ്സിനെ തലോടിക്കൊണ്ട് അയാൾ പറഞ്ഞുതുടങ്ങി, ആ മുഖത്ത് വല്ലാത്ത ആകുലതയുണ്ടായിരുന്നു.

"എടോ, താൻ ഒന്ന് ഇവിടെയിരിക്ക്. ഞാൻ എവിടേം ഓടിപ്പോകാൻ പോവുന്നില്ല...." മുന്നിലുണ്ടായിരുന്ന കസേര വലിച്ചിട്ട് സുഹൃത്തിനോട് ഇരിക്കുവാൻ ആംഗ്യം കാണിച്ചുകൊണ്ട് ഞാൻ കാര്യപ്രാപ്തി പ്രകടിപ്പിച്ചു.

"അപകടത്തിൽ ഏതാണ്ട് മുപ്പതുവയസ്സിനടുത്ത് പ്രായം തോന്നി ക്കുന്ന ഒരു യുവതി മാത്രമാണ് രക്ഷപ്പെട്ടത്. പത്തു ദിവസത്തോളം ഐ. സി.യുവിൽ കോമയിൽ ആയിരുന്ന അവർ കഴിഞ്ഞ ആഴ്ച കണ്ണു തുറന്നു..." ഞാൻ ശ്രദ്ധിക്കുന്നുണ്ടോ എന്ന് അറിയാനാവണം സുധാകർ ഇടയ്ക്കുവെച്ചു നിർത്തി. എനിക്കു നേരെ കണ്ണയച്ചു. അപ്പോഴും 'ഇതൊക്കെ എന്തിനാണീ നേരത്ത് ഇവൻ എന്നോടു പറയുന്നത്' എന്ന ഭാവവുമായി ചുമരിലെ വിള്ളലുകളെയും നോക്കിയിരിക്കുകയായിരുന്നു ഞാൻ.

"ഞാൻ ഉറങ്ങിയിട്ടില്ല, താൻ പറഞ്ഞോ..."

(സുഹൃത്തിന്റെ വാക്കുകൾ സശ്രദ്ധം ശ്രവിക്കുന്നുണ്ടെന്ന് അവനെ ബോധിപ്പിക്കുവാനുള്ള എന്റെ 'ടൈംലി മൂവ്')

"കണ്ണുതുറന്ന് സംസാരിച്ചുതുടങ്ങിയ അവർക്ക് അപകടത്തെപ്പറ്റിയോ അതു നടന്ന സാഹചര്യത്തെപ്പറ്റിയോ കൃത്യമായി ഒന്നും ഓർത്തെടു ക്കുവാൻ കഴിഞ്ഞിട്ടില്ല."

"ഇന്നലെ..." (പറയണം എന്നു കരുതിയതല്ല, വാക്കുകൾ ഞാൻ അറിയാതെ പുറത്തു വന്നതായിരുന്നു, 'വിത്ത് പുച്ഛച്ചിരി ഓൺ മൈ ഫേയ്സ്'). എന്റെ സമയഗുണം കൊണ്ടാവണം, പരിഹാസം, ഗൗനി ക്കാതെ സുധാകർ തുടർന്നു.

"post traumatic stress with catatonia following cerebral concus-sion."

(അപകടം മൂലം തലച്ചോറിന് ഉണ്ടായിരിക്കുന്ന ക്ഷതം നിമിത്തം ഉള്ള വിഭ്രമം... ഇതാണ് മെഡിക്കൽ റിപ്പോർട്ട്. പക്ഷേ...)

"പക്ഷേ..." പറയുന്നത് കേൾക്കുന്നുണ്ടെന്ന് സൂചിപ്പിക്കുവാൻ ഞാൻ തലയാട്ടി.

"ആ കുട്ടി ആരാണെന്നോ, എവിടെയുള്ളതാണെന്നോ ഇതുവരെ വ്യക്തമായ യാതൊരു രേഖയും ലഭിച്ചിട്ടില്ല. അവരെ അന്വേഷിച്ചു ബന്ധു ക്കളാരും ഇനിയും വന്നിട്ടുമില്ല. പെൺകുട്ടിയുടേത് എന്ന് കരുതപ്പെടുന്ന ഒരു ഹാൻഡ്ബാഗ് സംഭവസ്ഥലത്തുനിന്ന് ലഭിച്ചതിൽ കുട്ടിക്കാന അത്തുള്ള ഒരു സഹകരണബാങ്കിന്റെ പാസ്സ്ബുക്ക് ഉണ്ടായിരുന്നു."

"അതിൽ പേരും മറ്റും ഡീറ്റെയ്ൽസും ഇല്ലേ...?"

"അതിൽ അക്കൗണ്ട് ഉടമയുടെ ഫോട്ടോയും പേരും കുട്ടിക്കാനത്തെ ഒരു വിലാസവും രേഖപ്പെടുത്തിയിട്ടുണ്ട്. സാഹചര്യങ്ങൾ വെച്ച് നോക്കു മ്പോൾ അത് ഈ കുട്ടിയുടെ തന്നെയാവാനാണ് സാധ്യത. പക്ഷേ അപ കടത്തിനു ശേഷം പെൺകുട്ടിയുടെ മുഖത്തും കവിളിലും കാര്യമായ മുറിവുകൾ ഉള്ളതിനാൽ ഫോട്ടോയിലെ സ്ത്രീയും അപകടത്തിലെ ഇരയും ഒരു വ്യക്തി തന്നെയാണെന്ന് പൂർണ്ണമായും ഉറപ്പിച്ചു പറയു വാനും സാധിക്കുന്നില്ല. Anyway as of now, the police have assumed that they are the same."

"കിട്ടിയ ഡീറ്റെയിൽസ് വെച്ച് പൊലീസുകാർ അന്വേഷിക്കുന്നു ണ്ടാവും."

"എന്താണ് അവളുടെ പേര്...?"

"പാസ്സ്ബുക്കിലെ രേഖകൾ പ്രകാരമാണെങ്കിൽ, ഷീ ഈസ് റിയ... റിയ സൂസൻ... മുപ്പത്തിയേഴ് വയസ്സ്..."

"കൂടുതലായി എന്തെങ്കിലും ഡീറ്റെയിൽസ്...?"

"We have a girl, the lone survivor of a bus accident, suffering from neurological issues..." കേട്ടത് അത്രയും മനസ്സിൽ സംഗ്രഹിച്ചു കൊണ്ട് ഞാൻ നിവർന്നു

"കുഴപ്പിക്കുന്ന സംഭവം"

"ഇനിയാണ് ഇതിലും കുഴപ്പിക്കുന്ന ഭാഗം. അവൾക്ക് ഏതാണ്ട് ഒരാഴ്ചയിലധികമെടുത്തു ചെറിയ തോതിലെങ്കിലും ഓർമ്മകൾ തിരിച്ചു കിട്ടുവാൻ. അതിൽ നിന്നും അവൾ തറപ്പിച്ചു പറയുന്നത്, ആ യാത്രയിൽ അവളോടൊപ്പം അവളുടെ ഭർത്താവും ഉണ്ടായിരുന്നു എന്നാണ്."

"So, മരണപ്പെട്ടവരുടെ കൂട്ടത്തിൽ, ആ ഇരുപത്തിയൊമ്പതു പേരിൽ അവളുടെ ഭർത്താവും ഉണ്ടായിരുന്നോ.....?"

"ഇല്ല..."

"എങ്ങനെ ആണ് ഹേ? നിങ്ങൾ പറഞ്ഞത് റിയ ഒഴിച്ച് മറ്റു 29 പേരും മരണപ്പെട്ടു എന്നല്ലേ...?"

"അതെ....."

"പിന്നെ എങ്ങനെ ആണ്?"

"29 പേരും അതായത് ബാക്കി മുഴുവൻ യാത്രക്കാരും മരിച്ചുവെങ്കിൽ അവളുടെ ഭർത്താവായ വ്യക്തി, അയാളും ആ യാത്രക്കാരിൽ ഉൾപ്പെട്ടയാൾ, എങ്ങനെ മരിക്കാതിരിക്കും?"

"അവിടെയാണു പ്രശ്നം. ഇവൾ പറയുന്ന, ആ ബസ്സിൽ ഇവളോടൊപ്പം യാത്ര ചെയ്തു എന്നു പറയപ്പെടുന്ന, ഇവളുടെ ഭർത്താവിന്റെ മൃതദേഹം മാത്രം ഇതുവരെ ലഭിച്ചിട്ടില്ല. It seems like he has just vanished to the air..."

"ഒരുപക്ഷേ അപകടത്തിന്റെ ആഘാതത്തിൽ റിയയുടെ ഭർത്താവിന്റെ ശരീരം ഹെയർപിൻ ബെൻഡിൽ നിന്ന് അടിവാരത്തിലേക്കു തെറിച്ചു വീണതാണെങ്കിലോ....?" ഇതു പറയുമ്പോൾ അല്പം മുൻപ് ഇന്റർനെറ്റിൽ വായിച്ച വാർത്താറിപ്പോർട്ട് ആയിരുന്നു എന്റെ മനസ്സിൽ.

"വിഡ്ഢിത്തം പറയാതിരിക്കു അലക്സ്, അപകടത്തിന്റെ ആഘാതത്തിൽ ഒരു വ്യക്തിയുടെ മാത്രം ശരീരം മലഞ്ചെരിവിലേക്കു പതിയുവാനുള്ള സാധ്യത തീരെ കുറവാണ്. ഇനി അഥവാ അങ്ങനെ സംഭവിച്ചിരുന്നുവെങ്കിൽ തന്നെ, ഇതിനോടകം റാപ്പിഡ് ടാസ്ക് ഫോഴ്സ് അതു കണ്ടെത്തിയേനേ. അപകടം നടന്ന പ്രദേശത്തിന്റെ ഒൻപതു കിലോ മീറ്റർ ചുറ്റളവിലും മുന്നൂറു അടി താഴ്ചയിലും വിശദമായ പരിശോധന ഇതിനോടകം നടന്നു കഴിഞ്ഞു."

"So, what are you trying to imply, Sudhakar?"

"ഞാൻ പറഞ്ഞു തീർന്നില്ല അലക്സ്....."

"മറ്റൊരു കാര്യം കൂടിയുണ്ട്. അപകടത്തിൽപ്പെട്ടത് SKS ട്രാവൽസ് എന്ന സ്വകാര്യകമ്പനിയുടെ മൈസൂരിലേക്കു അന്തർ-സംസ്ഥാന സർവ്വീസ് നടത്തുന്ന'വോൾവോ' ബസ്സ് ആണ്. അതിൽ മുൻകൂട്ടി ഓൺലൈൻ സംവിധാനങ്ങൾ വഴിയേ, ട്രാവൽ ഏജൻസികൾ മുഖേ നയോ ബുക്ക് ചെയ്യാതെ ആരും യാത്ര ചെയ്യാറുമില്ല. അപകടം നടന്ന ദിവസം, അതായത് ജൂൺ 4, 2018ന് റിയ സൂസൻ എന്ന പേരിൽ ഈ പ്രായത്തിലുള്ള ഒരു യുവതിയും ആ ബസ്സിൽ യാത്ര ബുക്ക് ചെയ്തി ട്ടില്ല എന്നാണ് അവരുടെ കമ്പനിയിൽ നിന്ന് ലഭിച്ച ബുക്കിംഗ് റിക്കാർഡ് സൂചിപ്പിക്കുന്നത്. മരണപ്പെട്ട 29 പേരുടെയും വിശദവിവരങ്ങൾ റിസർവേ ഷൻ ലിസ്റ്റിൽ കൃത്യമായി ഉണ്ടുതാനും. കാണാതായി എന്ന് റിയ പറ യുന്ന അവളുടെ ഭർത്താവിനെപ്പറ്റിയും ഇതിൽ യാതൊരു വിവരങ്ങളും ലഭ്യമല്ല.

വല്ല സിനിമയിലോ നോവലിലോ ആയിരുന്നുവെങ്കിൽ നല്ലൊരു ടിസ്റ്റി നുള്ള സ്ക്കോപ്പ് ഇവിടെയുണ്ടെന്നാണ് സുധാകറിന്റെ നാടകീയ വെളി പ്പെടുത്തൽ കേട്ടപ്പോൾ ആദ്യം ഉണ്ടായ വികാരം. പക്ഷേ ജീവിതത്തിൽ പലപ്പോഴും സാമാന്യബോധത്തിനാണല്ലോ മുൻതൂക്കം. അതുകൊണ്ട് ഇങ്ങനെ ചോദിക്കാനാണ് തോന്നിയത്.

"യുവതിയും ഭർത്താവും റിസർവേഷൻ ഒന്നും ചെയ്യാതെ വഴിയിൽ വെച്ച് ബസ്സിൽ കയറിയതാണെങ്കിലോ...?"

"ചോദ്യം പ്രസക്തമാണ്. യുക്തിക്കു നിരക്കുന്നത്. പക്ഷേ ഈ ബസ്സ് അപകടപ്പെടുന്നതിനും ഏതാണ്ട് പത്തു നിമിഷങ്ങൾക്കു മുൻപ്, അതാ യത് ഹെയർപ്പിൻ ബെൻഡിലേക്കു എത്തുന്നതിനു മുൻപുള്ള താഴ്വര യിൽ,.യാത്രക്കാർക്കു ഭക്ഷണം കഴിക്കുന്നതിനു വേണ്ടി ഒരു റസ്റ്റോ റന്റിൽ നിർത്തിയിരുന്നു. ഹോട്ടലിന്റെ സി.സി.ടി.വി. ക്യാമറയിൽ പതി ഞ്ഞിരിക്കുന്ന ദൃശ്യങ്ങളിൽ ഈ യുവതിയുടെയോ ഒപ്പം യാത്ര ചെയ്തു എന്നു പറയപ്പെടുന്ന ഭർത്താവിന്റെയോ സാന്നിധ്യമില്ല."

"ഇനി ഒരുപക്ഷേ അതിനു ശേഷമാണ് അവർ ആ വാഹനത്തിൽ കയറിയത് എങ്കിലോ...?" എന്റെ സംശയങ്ങൾക്ക് അറുതിയില്ലായിരുന്നു.

"സാധ്യത അതിവിരളമാണ്. ആ റസ്റ്റോറന്റും അപകടം നടന്ന ഹെയർബെൻഡും തമ്മിൽ വലിയ ദൂരമില്ല. ഇതിനിടയിൽ ഉള്ള പ്രദേശം ആൾപാർപ്പുള്ള സ്ഥലവുമല്ല എന്നു മാത്രമല്ല ഏതെങ്കിലും ഒരു വാഹ നത്തിൽ അല്ലാതെ അങ്ങോട്ടേക്ക് എത്തിച്ചേരുക സാധ്യവുമല്ല. ഇനി അഥവാ അവർ റിസർവ് ചെയ്യാതെ ആ ബസ്സിൽ ഇവിടെ എവിടെ യെങ്കിലും വെച്ച് കയറിയിട്ടുണ്ടെങ്കിൽ, മറ്റൊരു വണ്ടിയിൽ ഹെയർപിൻ

പാലിഹിൽ ബെൻഡ് വരെ അവർ എത്തിയിട്ട് ആ വാഹനം അവിടെ നിർത്തി ഈ പറയുന്ന വോൾവോ ബസ്സിൽ കയറി എന്നു പറയേണ്ടി വരും. അങ്ങനെ ഒരു സാധ്യതയ്ക്ക് വഴിയില്ല. ബസ്സ് അപകടത്തിനു കാരണം തന്നെ, അമിതവേഗത്തിൽ ചെങ്കുത്തായ വളവു തിരിയാൻ അതിന്റെ ഡ്രൈവർ ശ്രമിച്ചത് കൊണ്ടാണ് എന്നാണ് പ്രാഥമിക ഫോറൻസിക് രേഖകൾ പറയുന്നത്." സുധാകറിന്റെ വാക്കുകൾക്ക് വ്യക്തതയും മൂർച്ചയും ഉണ്ടായിരുന്നു.

"So this means only one thing; probably... ആ ദിവസം... അപകടം നടന്ന അന്ന്...ട്രാവൽസിന്റെ , പാലി ഹിൽ ഹെയർപിൻ ബെൻഡിൽ വെച്ച് ആക്സിഡന്റിൽ പെട്ട ആ വോൾവോ ബസ്സിൽ റിയ എന്നു നാമ ധാരിയാണെന്നു നാം വിശ്വസിക്കുന്ന ആ പെൺകുട്ടിയോ അവളുടെ ഭർത്താവോ ഉണ്ടായിരുന്നില്ല."

സുധാകറിന്റെ ശബ്ദം മുറിയിലാകെ മുഴങ്ങുന്നതായി തോന്നി. എന്തായിരിക്കും ശരിക്കും സംഭവിച്ചിട്ടുണ്ടാവുക? ഒരുപാട് അപസർപ്പക നോവൽ വായിച്ച പരിചയത്തിൽ ഞാൻ കാര്യമായി ചിന്തിക്കാൻ തുടങ്ങി. പെൺകുട്ടിയുടേത് എന്ന് പറയപ്പെടുന്ന സഹകരണബാങ്കിന്റെ പാസ്സ്ബു ക്കിൽ വിലാസവും ഫോൺനമ്പറും ഉണ്ടാകില്ലേ? മിക്കവാറും അവർ കുട്ടി ക്കാനത്ത് വന്ന് വാടക വീട്ടിൽ താമസിക്കുന്ന ദമ്പതിമാരാകും. അവർക്ക് അവിടെ വേറെ ബന്ധുക്കളാരും ഇല്ലായിരിക്കും. ഏതുതരം ബിസിന സ്സാണ് ആ ഭാര്യയും ഭർത്താവും കുട്ടിക്കാനത്ത് ചെയ്യുന്നത്? പൊലീ സിന് എന്തെങ്കിലും തുമ്പ് കിട്ടിയിട്ടുണ്ടെങ്കിൽ സുധാകർ അത് പറയു മായിരുന്നു. ആക്സിഡന്റിൽ പെട്ട വോൾവോ ബസ്സിൽ റിയ എന്ന പെൺകുട്ടിയോ, അവളുടെ ഭർത്താവോ ഉണ്ടായിരുന്നു എന്നതിന് തെളി വുകൾ ഇല്ലെങ്കിൽ, ഈ ദുരൂഹതയെ എങ്ങനെയാണ് വ്യാഖ്യാനി ക്കേണ്ടത്? എന്റെ തല പുകയാൻ തുടങ്ങി.

2018 ജൂൺ 27 വ്യാഴം

6രു നല്ല എഴുത്തുകാരന്റെ കയ്യിൽ കിട്ടിയാൽ അല്പം ഭാവനയും മിക്സ് ചെയ്തു നല്ലൊരു ക്രൈം ത്രില്ലർ ആക്കുവാൻ കഴിയുന്ന ഒരു 'വൺലൈൻ' – ഇത്രയും കേട്ടപ്പോൾ അതാണ് എനിക്കു തോന്നിയത്. പൊലീസ് പ്രൊസീജ്യറിൽ നോവലുകൾ, ഒരുകാലത്ത് എനിക്ക് ഹരവുമായിരുന്നു. അതിലെ നായകനായി പലപ്പോഴും സ്വയം സങ്കല്പിച്ച് കേസ്സുകളുടെ 'ലീഡ്' മുൻകൂട്ടി പ്രവചിക്കാൻ ശ്രമിച്ച് പരാജയപ്പെടുന്നതിന്റെ 'കിക്ക്' ആസ്വദിക്കുകയും ചെയ്തിട്ടുണ്ട്. പിന്നീട് 'പുനർജ്ജനിക്കു' രൂപം കൊടുക്കുന്നതിന്റെ തിരക്കിൽ പഴയ ശീലങ്ങളും ഇഷ്ടങ്ങളും പതിയെ മറന്നു. സമൂഹത്താൽ തിരസ്കരിക്കപ്പെട്ടവർക്കു വേണ്ടി ഒരു പുനരധിവാസ ചികിത്സാ കേന്ദ്രം കൊണ്ടുനടത്തുന്നതിന്റെ സംഘർഷങ്ങൾ തന്നെയാണ് അതിനൊരു കാരണം.

"അപ്പോൾ സുധാകർ പറഞ്ഞു വരുന്നത്...? ഇതിൽ ഞാൻ എന്താണു ചെയ്യേണ്ടത്...?"

അറിയപ്പെടുന്ന, ദേശീയ ദിനപത്രത്തിന്റെ ബ്യൂറോചീഫ് ആയ വ്യക്തി ആഴ്ചകൾക്കു മുൻപു നടന്ന അപകടത്തെപ്പറ്റി ചർച്ച ചെയ്യുവാൻ പാതിരാക്കോഴി കൂവുന്നത് വകവെയ്ക്കാതെ എന്റെയടുത്ത് എത്തിച്ചേർന്നിട്ടുണ്ടെങ്കിൽ, അതിൽ കേൾവിക്കപ്പുറം ഉള്ള എന്തോ ഉണ്ടെന്നുള്ള ചിന്ത നല്ല രീതിയിൽ തന്നെ എന്നെ അലട്ടി. കയ്യിലെ സിഗററ്റു കുറ്റി ചുണ്ടിനോടു ചേർത്തുകൊണ്ട് 'സ്പോഞ്ചു പോലെയുള്ള ശ്വാസകോശത്തോടു പ്രതികാരം ചെയ്യുവാനെന്നവണ്ണം' പുക ഉള്ളിലേക്കു കടത്തിവിട്ടുകൊണ്ട് സുധാകർ പറഞ്ഞു.

"ഈ കേസ്സിനെ സംബന്ധിച്ച് പൊലീസ് ഡിപ്പാർട്ട്മെന്റിൽ നിന്ന് പ്രധാനമായും മൂന്നു വസ്തുതകൾ ആണ് എനിക്ക് അറിയാൻ കഴിഞ്ഞിട്ടുള്ളത്.

1) ഈ യുവതിയുടെ യഥാർത്ഥ ഐഡന്റിറ്റി ഇതുവരെ വെളിവായിട്ടില്ല. ശരിയാണ്, 'റിയ സൂസൻ' എന്നതാവാം പെൺകുട്ടിയുടെ പേര് എന്ന് തെളിയിക്കുന്ന ഒരു ബാങ്ക് പാസ്സ്ബുക്ക് ലഭിച്ചിട്ടുണ്ട്. പക്ഷേ ഒരു

മലയോരമേഖലയിലെ സഹകരണ ബാങ്കിന്റെ പാസ്സ്ബുക്ക്, അതിലുള്ള ഫോട്ടോയുടെയും വിവരങ്ങളുടെയും അടിസ്ഥാനത്തിൽ മാത്രം ഒന്നും സ്ഥിരീകരിക്കുവാൻ കഴിയില്ല.

2) യുവതിയുടെ തലച്ചോറിന് ഏറ്റ ക്ഷതവും അതു നിമിത്തം ഉണ്ടായ ഓർമ്മക്കുറവിനും പുറമേ ശരീരത്തിൽ പല സ്ഥലങ്ങളിലായി കാര്യ മായ മുറിവുകളും മെഡിക്കൽ റിപ്പോർട്ടിൽ രേഖപ്പെടുത്തിയിട്ടുണ്ട്. അവർ ആ ബസ്സിൽ യാത്ര ചെയ്തിരുന്നില്ല എന്നു കരുതിയാൽപോലും ശരീര ത്തിൽ ഉണ്ടായിട്ടുള്ള പരിക്കുകൾ വലിയ ഒരു ചോദ്യചിഹ്നമായി അവ ശേഷിക്കും. തന്നോടൊപ്പം ഉണ്ടായിരുന്നു എന്ന് റിയ (അവളുടെ യഥാർത്ഥ പേര് അതുതന്നെയാണ് എന്ന് ഈയവസരത്തിൽ അനുമാ നിച്ചാൽ) അവകാശപ്പെടുന്ന ഭർത്താവിനെപ്പറ്റി മൂന്നാഴ്ച പിന്നിട്ടിട്ടും ഒന്നും കണ്ടെത്തുവാൻ പൊലീസിന് ആയിട്ടില്ല. എന്നു മാത്രമല്ല ഭർത്താവ് അപ്രത്യക്ഷമായിട്ടുണ്ടെങ്കിൽ അത് ആക്സിഡന്റ് ഏരിയയിൽ ആണോ എന്ന് അവർക്ക് സംശയമുണ്ട്. പത്രക്കാരോട് അതിനെക്കുറിച്ച് ഒന്നും തന്നെ പൊലീസ് തുറന്നു പറഞ്ഞിട്ടില്ല.

3) ഇത്രയും മീഡിയ കവറേജ് കിട്ടിയ ഒരു അപകടം ആയിട്ടുപോലും അതിലെ ഏക 'സർവൈവർ' (അതിജീവിച്ച) ആയ പെൺകുട്ടിയെ അന്വേഷിച്ച് രക്തബന്ധത്തിൽപ്പെട്ട ആരും ഇതുവരെ വന്നിട്ടില്ല എന്നു ള്ളതാണ് ഏറ്റവും അത്ഭുതപ്പെടുത്തുന്ന കാര്യം. റിയ ഒരുപക്ഷേ അനാഥ ആയിരുന്നുവെങ്കിൽപോലും അവളുടെ സുഹൃത്തുക്കളോ പരിചയ ക്കാരോ ആരും തന്നെ എത്തിയിട്ടില്ല എന്നതാണ് വിചിത്രം. ഏതോ അന്യഗ്രഹത്തിൽനിന്ന് ആക്സിഡന്റ് സ്പോട്ടിലേക്ക് നേരിട്ട് എത്തിയതു പോലെ..."

മേഘാവൃതമായ ആകാശത്ത് സൂര്യൻ മെല്ലെ ദൃശ്യമായതുപോലെ, സുധാകറിന്റെ സംഭാഷണം ഈ ഘട്ടത്തിൽ എത്തിയപ്പോഴാണ് എന്താണ് അയാൾ പറഞ്ഞുവരുന്നത് എന്ന് ഒരു ഏകദേശ ധാരണ എനിക്കു കിട്ടിത്തുടങ്ങിയത്.

"റിയയെ പുനർജ്ജനി ഏറ്റെടുക്കണം എന്നല്ലേ സുധാകർ പറയു വാൻ ഉദ്ദേശിക്കുന്നത്?"

"No issues, we will be glad to do the same... - അതെ... പക്ഷേ അതു മാത്രമല്ല..."

"പറയൂ."

"ഞാൻ ഇപ്പോൾ പറഞ്ഞ മൂന്നു കാര്യങ്ങൾക്കും പൊലീസിന് കൃത്യ മായ ഉത്തരമില്ല. അവരെ സംബന്ധിച്ചിടത്തോളം ഇതിപ്പോൾ ഒരു 'കോൾഡ് കേസ്' ആണ്. സംഭവം നടന്ന് ഇത്രയും കാലം ആയതു കൊണ്ട് മീഡിയയ്ക്കും വലിയ താത്പര്യം ഇല്ല. ബസ് ആക്സി ഡന്റിലെ രക്ഷപ്പെട്ട ഏക പെൺകുട്ടി എന്നു മാത്രമേ റിയയെപ്പറ്റി

അവർക്കും അറിയൂ. ഇനിയും ഉത്തരമില്ലാത്ത ആ മൂന്നു കാര്യങ്ങൾ മാധ്യമങ്ങളിൽ നിന്ന് വിദഗ്ധമായി മറച്ചുവെയ്ക്കാൻ പൊലീസിനും സാധിച്ചിട്ടുണ്ട്."

"അപ്പോൾ സുധാകർ, ഈ കേസ്സിനെക്കുറിച്ച് ഇതുവരെ നിങ്ങൾ പറഞ്ഞതൊക്കെ..." എന്റെ ചോദ്യം പ്രതീക്ഷിച്ചിട്ടെന്നവണ്ണം അർത്ഥ ഗർഭമായി മന്ദഹസിച്ചുകൊണ്ട് അയാൾ ഒന്ന് മുന്നോട്ടാഞ്ഞു.

"I told you no, I have my own sources..! പക്ഷേ തൽക്കാലം ഇതൊരു എക്സ്ക്ലൂസീവ് ആക്കുവാൻ തക്കമുള്ള 'മെറ്റീരിയൽ' ഒന്നും എനിക്കു കിട്ടിയിട്ടില്ല. ഇവിടെയാണ് എനിക്കു നിങ്ങളുടെ സഹായം വേണ്ടത് മൈഡിയർ ഫ്രണ്ട്, അലക്സ് മോറിസ്സ്..."

ഞാൻ ഒന്നും മനസ്സിലാകാത്ത മട്ടിൽ തല ചൊറിഞ്ഞു. "നിങ്ങൾ ഒരുമാതിരി സസ്പെൻസ് ഇട്ട് പഞ്ച് ഡയലോഗ് പറയാതെ, കാര്യം വ്യക്തമാക്കെടോ..."

"അലക്സ് തന്നെ അൽപം മുൻപ് എന്നോടു ചോദിച്ചതുപോലെ റിയയെ പുനർജ്ജനി ഏറ്റെടുക്കണം. പക്ഷേ..."

"But, I didn't think about this aspect then. Isn't Riya under Police Custody now....? പൊലീസിന്റെ സംരക്ഷണയിൽ/കസ്റ്റഡി യിൽ ഉള്ള അവളെ എങ്ങനെ ഒരു സ്വകാര്യ സ്ഥാപനത്തിൽ കൊണ്ടു വരും...?"

"അവിടെയാണ് അലക്സ്, നിങ്ങൾക്ക് തെറ്റിയത്. റിയ ഒരു കുറ്റ വാളിയോ തടവുകാരിയോ അല്ല, അപകടത്തിൽ സാരമായി പരുക്കേറ്റ് ബന്ധുക്കളാരും സംരക്ഷണം ഏറ്റെടുക്കുവാൻ മുന്നോട്ടു വരാതിരു ന്നതിനാലും അബോധാവസ്ഥയിൽ ആയതുകൊണ്ടും സ്റ്റേറ്റിന്റെ പരിരക്ഷയിൽ ആയിരുന്നു എന്നു മാത്രം. But things have changed now. ഇന്ന് ഡോക്ടർമാർ അവളെ പരിശോധിച്ച ശേഷം പൊലീസിനു സമർപ്പിച്ച മെഡിക്കൽ റിപ്പോർട്ട് പ്രകാരം, she is fit to be discharged from the hospital. ശരീരത്തിലെ മുറിവുകൾ എല്ലാം ഏറെക്കുറെ ഭേദ മായിരിക്കുന്നു. എന്നു മാത്രമല്ല, പരസഹായമില്ലാതെ നടക്കുവാനും സ്വന്തം കാര്യങ്ങൾ ചെയ്യുവാനുമുള്ള ആരോഗ്യം അവൾ വീണ്ടെടുത്തി രിക്കുന്നു."

"ഓർമ്മ...?"

"സെറിബ്രൽ കൺകഷൻ മൂലമുണ്ടായ സ്ട്രെസ്സ് ആൻഡ് കാറ്റടോ നിയ ആയതിനാൽ അതു ഭേദമാവാൻ മാസങ്ങളോ വർഷങ്ങളോ വേണ്ടി വരും എന്നാണ് ന്യൂറോളജിസ്റ്റുകളുടെ ടീം രേഖപ്പെടുത്തിയിരിക്കുന്നത്. അവൾ മനസ്സ് തുറക്കാൻ സമയം എടുത്തേക്കാം."

"എങ്കിലും...?"

"പക്ഷേ അപകടത്തെപ്പറ്റിയുള്ള ചോദ്യങ്ങൾക്ക് രണ്ടു ഉത്തരങ്ങൾ അവൾ കൃത്യമായി ആവർത്തിക്കുന്നുണ്ട്. അന്നേ ദിവസം, അതായത് ജൂൺ 4-ന് അവൾ യാത്രയിൽ ആയിരുന്നുവെന്നും അവൾക്കൊപ്പം ഭർത്താവ് ഉണ്ടായിരുന്നുവെന്നും..."

"Strange..." (ആത്മഗതം, അല്പം ഉറക്കെ ആയിപ്പോയത് മനഃപ്പൂർവ്വ മായിരുന്നില്ല...)

"നാളെയോ നാളെ കഴിഞ്ഞോ ആശുപത്രിയിൽ നിന്ന് അവളെ ഡിസ്ചാർജ്ജ് ചെയ്യും. പൂർണ്ണമായി ആരോഗ്യം വീണ്ടുകിട്ടിയിട്ടില്ലാത്ത തിനാൽ, ഗവൺമെന്റ് ഷെൽറ്റർ ഹോമിലേക്ക് മാറ്റുവാൻ പൊലീസ് ശിപാർശ ചെയ്യുവാനാണ് സാധ്യത. മറിച്ച് സംഭവിക്കണമെങ്കിൽ ബന്ധു ക്കൾ ആരെങ്കിലും ഉത്തരവാദിത്വത്തോടെ മുന്നോട്ടു വരണം."

"അങ്ങനെയാരും ഇല്ലല്ലോ..."

"ഇല്ല. പക്ഷേ സർക്കാരിനു വിശ്വാസമുള്ള ഏതെങ്കിലും ഷെൽറ്റർ ഹോമുകൾക്കോ, പുനരധിവാസ കേന്ദ്രങ്ങൾക്കോ അവളെ കൈമാറു വാനുള്ള സാഹചര്യവും നിലവിലുണ്ട്. മികച്ച സാമൂഹിക സേവനത്തി നുള്ള പുരസ്കാരം നേടിയിട്ടുള്ള, പന്ത്രണ്ടു വർഷത്തിൽ അധികമായി ഈ മേഖലയിൽ ഉള്ള പുനർജ്ജനി റീഹാബിലിറ്റേഷൻ സെന്ററിലേക്ക് അവളെ എത്തിക്കുവാനുള്ള പേപ്പർ വർക്കുകൾ ഞാൻ ശരിയാക്കാം." സുധാകറിന്റെ വാക്കുകൾക്കു പിന്നിലെ ആവേശവും ചേതോവികാരവും മനസ്സിലാക്കുവാൻ എനിക്കു കവടി നിരത്തി നോക്കേണ്ട കാര്യമൊന്നും ഉണ്ടായിരുന്നില്ല.

"എനിക്കു കിട്ടീല്ലേലും മറ്റേ ചെന്നെ ബേസ്ഡ് നാഷണൽ ഡെയ്ലിക്കാരു കൊണ്ടുപോകല്ലെന്ന്... അല്ലേടോ സുധാകരാ..."എന്റെ കള്ളച്ചിരിയുടെ അർത്ഥം സുഹൃത്തിന് ആരും പറഞ്ഞു കൊടുക്കേണ്ട തില്ലായിരുന്നു.

"ജീവിക്കേണ്ട അളിയാ? ഈ കേസ്സ് സോൾവ് ചെയ്തു ഒരു സ്കൂപ്പ് കിട്ടിയാൽ ടൈംസിന്റെ കേരളത്തിലെ സർക്കുലേഷൻ പത്തു മടങ്ങെങ്കിലും കേറും. ഇതാണേൽ ഇപ്പോ ആറിത്തണുത്ത കഞ്ഞിപോ ലിരിക്കുന്ന അവസ്ഥയിലാ. ഒരുത്തനും ഒരു സൂചന പോലുമില്ല. പൊലീസുകാരാണേൽ ഒന്നു രണ്ട് ആഴ്ചയ്ക്കുള്ളിൽ ഈ കേസ് ക്ലോസ് ചെയ്യാൻ കാത്തിരിക്കുവാ..."

"അതിന് അവളുടെ ഹസ്ബന്റിനെ കണ്ടുപിടിക്കാതെ എങ്ങനെ അന്വേഷണം അവസാനിക്കും?" എന്റെ ചോദ്യം ബാലിശമെന്ന മട്ടിൽ സുധാകർ ഒരു വിഡ്ഢിച്ചിരി പാസ്സാക്കി.

"ഭർത്താവ് ഉണ്ടെങ്കിൽ അന്വേഷിച്ചോപോരേ?" അനുസരണയില്ലാതെ പാറിക്കിടന്ന മുടിയിഴകൾ ഒരു വശത്തേക്കു കോതിയൊതുക്കിക്കൊണ്ട് അയാൾ ചോദിച്ചു.

"മനസ്സിലായില്ല..."

"റിയ വാസ് എ വിക്റ്റിം ഓഫ് പോസ്റ്റ് ട്രോമാറ്റിക്ക് ഡിസ്ഓർഡർ ഫോളോയിംഗ് ദി ആക്സിഡന്റ് ആൻഡ് ഹലൂസിനേഷൻസ് അക്കംപനിയിംഗ്." അതാണ് പൊലീസ് ഭാഷ്യം.

"എന്നു വെച്ചാൽ....?"

താടി ചൊറിഞ്ഞുകൊണ്ട് ഞാൻ ചോദിച്ചു.

"അപകടത്തിന്റെ മാനസികാഘാതം മൂലം അവളുടെ മനസ്സിന് സംഭവിച്ച ചാപല്യമാണത്രേ ആ ഭർത്താവ് കഥാപാത്രം. അങ്ങനെയൊരാൾ യഥാർത്ഥത്തിൽ ഉണ്ടായിരുന്നില്ല എന്നതാണ് പൊലീസ് ഇൻവെസ്റ്റിഗേഷൻ റിപ്പോർട്ട് ക്ലോസ് ചെയ്തുകൊണ്ട് സമർത്ഥിക്കുന്നത്." ആണവരഹസ്യം വിശദീകരിക്കുന്ന ശാസ്ത്രജ്ഞന്റെ ഗൗരവമായിരുന്നു ഇതു പറയുമ്പോൾ സുധാകറിന്റെ മുഖത്ത്.

ഞാൻ ചോദിച്ചു. "റിയയുടെ ബാങ്കിലെ പാസ്സ്ബുക്ക് വിവരങ്ങളെക്കുറിച്ച് പൊലീസ് എന്തു പറയുന്നു?"

"അവൾ എവിടെയാണ് താമസിച്ചിരുന്നത് എന്നതിന് വ്യക്തതയില്ല പോലും...."

"ഭർത്താവിനെക്കുറിച്ച് അവൾ പറഞ്ഞത് വെറും ഹാലുസിനേഷൻസ് എന്നാണോ..."

മറുപടിയായി തന്റെ കീശയിൽ ഭദ്രമായി സൂക്ഷിച്ചിരുന്ന ഇളംചാര നിറത്തിലുള്ള കവർ എനിക്കു നേരെ നീട്ടുകയാണ് സുധാകർ ചെയ്തത്. ആദ്യം ഒന്നു മടിച്ചുവെങ്കിലും അതു വാങ്ങി തുറന്നു നോക്കി. നഗരത്തിലെ പ്രമുഖ ജ്വല്ലറി സ്റ്റോറിന്റെ ഹോൾമാർക്ക് ഉള്ള, 'SM' എന്നു ആലേഖനം ചെയ്തിട്ടുള്ള സ്വർണ്ണത്തിന്റെ വിവാഹമോതിരം... "അത്യാഹിതം നടന്ന ദിവസം റിയ ധരിച്ചിരുന്ന ആഭരണങ്ങളുടെ കൂട്ടത്തിൽ ഇതും ഉണ്ടായിരുന്നു."

സുധാകർ ഇതു പറയുമ്പോഴേക്കും പുലരിയുടെ വരവറിയിച്ചുകൊണ്ട് സൂര്യൻ കിഴക്കുദിച്ചുയർന്നു തുടങ്ങിയിരുന്നു. റിയയുടെ വിവാഹമോതിരം എങ്ങനെയാണ് സുധാകറിന്റെ കൈവശം വന്നത്? അവൾ അത്യാഹിതവിഭാഗത്തിൽ ചികിത്സയിലായിരുന്നു. വിവാഹമോതിരം പൊലീസിന് ശക്തമായ ഒരു തെളിവായിരിക്കുമ്പോൾ, സുധാകർ എന്തിനാണ് അവളുടെ സ്വർണ്ണമോതിരം ഊരിയെടുത്തിരിക്കുന്നത്?

"ഇതെങ്ങനെ നിന്റെ കൈവശം വന്നു സുധാകർ?"

"അവൾക്ക് ഭർത്താവില്ലെന്നല്ലേ പൊലീസ് പറയുന്നത്. ഒരു തെളിവിരിക്കട്ടെയെന്ന് കരുതി, ഞാനിത് അവളുടെ കൈയ്യിൽ നിന്ന് ഊരിയെടുത്തു. അവൾക്ക് ബോധമില്ലായിരുന്നു, അവൾ ആശുപത്രിയിലായിരുന്നു അപ്പോൾ...."

"എന്നിട്ട്, മോതിരം നഷ്ടപ്പെട്ടത് അവളറിഞ്ഞില്ലേ?"

"അവൾ വലിയൊരു മറവിയുടെ ലോകത്താണ്. ഭർത്താവിനെ ക്കുറിച്ച് അവൾ ഓർക്കുന്നുണ്ട് എന്നല്ലാതെ മറ്റൊരു ഓർമ്മയും ഇല്ല...." ആകെക്കൂടി എനിക്ക് ഭയങ്കരമായ കൺഫ്യൂഷൻ. വാസ്തവത്തിൽ റിയയ്ക്ക് എന്താണ് സംഭവിച്ചത്? ഒരു പുകമറയ്ക്കുള്ളിലെവിടെയോ ആണ് റിയ അകപ്പെട്ടു നിൽക്കുന്നതെന്ന് തോന്നി.

2018 ജൂൺ 29 ശനി

മുറിയിൽ ചുമ്മാ കിടന്ന് ഉറങ്ങിക്കൊണ്ടിരുന്ന എന്നെ അതിനാടകീയ മായി വിളിച്ചുണർത്തി, നട്ടപ്പാതിരായ്ക്ക് റിയ സൂസൻ കഥയും പറഞ്ഞു തന്ന് സുധാകർ മടങ്ങിയിട്ട് ഒരു ദിവസം കഴിയുന്നു. 'പുനർജ്ജനിയിൽ' എന്റെ അടിയന്തിര ശ്രദ്ധയ്ക്ക് ആവശ്യത്തിൽ കൂടുതൽ വിഷയങ്ങൾ ഉണ്ടായിരുന്നതുകൊണ്ട് റിയയേയും അവളുടെ ഭർത്താവിനെയും ഞാനും മറന്നു തുടങ്ങിയിരുന്നു.

പന്ത്രണ്ട് വർഷങ്ങൾക്കു മുൻപ് നഗരത്തിലെ പ്രമുഖ സൈക്യാ ട്രിസ്റ്റ് നടത്തിവന്ന മാനസികാശുപത്രിയിലെ 'സൈക്യാട്രിക് സോഷ്യൽ വർക്കർ – കം – ലെയ്സൺ എക്സിക്യൂട്ടീവ്' എന്ന ആലങ്കാരിക പദവി യിലെ സേവനം മതിയാക്കി, ഇങ്ങ് കൊച്ചിയുടെ വടക്കേ അറ്റത്തുള്ള കരിക്കാട് തുരുത്തിൽ സ്വന്തമായി ഒരു ഹോളിസ്റ്റിക് റീഹാബിലിറ്റേ ഷൻ സെന്റർ തുടങ്ങുമ്പോൾ, മൂലധനമായി ആത്മവിശ്വാസമല്ലാതെ മറ്റൊന്നും കൈവശമില്ലായിരുന്നു. എന്തൊരു പ്രഹസനമെന്ന് പരിഹസി ച്ചവരായിരുന്നു കൂടുതലും. പുനർജ്ജനി എന്ന പേര് നിർദ്ദേശിച്ചതും 'കട്ടയ്ക്ക്' കൂടെ നിന്നവരുമായ ഉത്സാഹക്കമ്മിറ്റിക്കാരിൽ പ്രമുഖൻ സുധാകർ തന്നെയായിരുന്നു. ആ കാലത്ത് ഏഷ്യാനെറ്റിനു വേണ്ടി, സമൂഹത്തിന്റെ 'പുറമ്പോക്കിൽ' കഴിയുന്നവരെപ്പറ്റി അവൻ ചെയ്ത ഒരു ഡോക്യു – ഫീച്ചറും എന്റെ തന്നെ കുറച്ചു സംഭവങ്ങളുമാണ് 'പുനർജ്ജ നിയുടെ' ജനനത്തിന് കാരണമായത് എന്നുകൂടി പറയാം.

ഇന്ന്, ഒരു ദശാബ്ദത്തിനപ്പുറം പലവിധ മാനസിക, ശാരീരിക വ്യഥകളാൽ ഉഴലുന്ന, ആധുനിക വൈദ്യശാസ്ത്രത്തിന്റെ ബെൻഡോ ഡൈയസപിൻസിനും ഡിഎമാർഡികൾക്കും (മരുന്നുകൾ) മുക്തി നൽകുവാൻ സാധിക്കാത്ത രോഗികൾക്കു വേണ്ടി ഒരു ഹോളിസ്റ്റിക്,[*] തെറാപ്യൂട്ടിക്, കൗൺസലിംഗ് ആൻഡ് റീഹാബിലിറ്റേഷൻ സെന്ററായി

---

[*] മരുന്നുകളിൽ മാത്രം ഒതുങ്ങാതെയുള്ള സമഗ്രചികിത്സ

പുനർജ്ജനി വളർന്നിരിക്കുന്നു. ഇത്രയും വായിച്ചു കഴിയുമ്പോൾ, ചില പഴയ കാല സിനിമകളിൽ കാണിക്കുന്നതുപോലെ, ജീവിക്കാൻ മറന്നു പോയ, മരണശേഷം ഉടലോടെ സ്വർഗ്ഗത്തിലേക്ക് എക്സ്പോർട്ട് ചെയ്യ പ്പെടാൻ സാധ്യതയുള്ള ഒരു ഹോൾസെയിൽ നന്മമരം ആണ് 'അല ക്സ്മോറിസ്സ്' എന്നൊന്നും കരുതിക്കളയല്ലേ. ഒരൽപ്പം മനുഷ്യപ്പറ്റുള്ള ബിസിനസ്സുകാരൻ. അതാണ് ഞാൻ. പത്ത് ഏക്കറോളം വിസ്തൃതി യിൽ, നീണ്ടു നിവർന്നു കിടക്കുന്ന ഈ ക്യാംപസ്സിന്റെ പകുതിയോളം ഭാഗം മാത്രമാണ് റിഹാബ് സെന്റർ. ശേഷിച്ച ഭാഗം 'പുനർജ്ജനി' എന്ന പ്രൈവറ്റ് ലിമിറ്റഡ് കമ്പനിയുടെ ഉടമസ്ഥതയിലുള്ള പഞ്ചനക്ഷത്ര റിസോർട്ട് ആണ്. കാരിക്കാട് തുരുത്തിന്റെ പ്രകൃതിരമണീയത കടൽ കടന്നെത്തുന്ന സായിപ്പന്മാർക്കും നാടൻ ടൂറിസ്റ്റുകൾക്കും വിറ്റു കാശാ ക്കുന്ന സ്ഥാപനത്തിന്റെ സി.ഇ.ഒ. – ആൻഡ് മേജർ ഷെയർ ഹോൾഡറും അലക്സ് മോറിസ്സ് എന്ന ഈയുള്ളവൻ തന്നെ. ഇരുസ്ഥാപനങ്ങളിലു മായി നാല്പതോളം ജീവനക്കാർ ഇന്ന് എന്റെ കീഴിൽ സേവനം അനു ഷ്ഠിക്കുന്നു.

Not Bad, അല്ലേ...?

2018 ജൂൺ 30 ഞായർ

സുധാകറിന്റെ ഫോൺകോൾ തികച്ചും അപ്രതീക്ഷിതമായിരുന്നു. അടുത്തയാഴ്ച നടക്കുന്ന ഓഡിറ്റിനുവേണ്ടി ചില ഫയലുകൾ പരിശോ ധിക്കുന്ന തിരക്കിലായിരുന്നു ഞാൻ. കുറച്ചധികം ശ്രദ്ധ വേണ്ട പ്രക്രിയ ആയതിനാൽ എന്റെ മൊബൈൽ രജനിയെ ഏൽപ്പിച്ചിട്ടാണ് ജോലി തുടങ്ങിയത്. അത് ഏതു നേരവും കൈയിൽ ഇരുന്നാൽ വലിയ ശല്യ മാണ്. അംബാനി ഡാറ്റ വെറുതെ തരാൻ തുടങ്ങിയ ശേഷം വിശേ ഷിച്ചും!

ദീപശിഖയേന്തിയ കായികതാരത്തെപ്പോലെ, ഉയർത്തിപ്പിടിച്ച സെൽഫോണുമായി ഓഫീസ് മുറിയിലേക്കു കടന്നു വന്ന പി.ആർ വിഭാഗം മേധാവി രജനി സൂസെപാക്യത്തിന്റെ മുഖം വിവർണ്ണമായിരുന്നു. ഞാൻ ശകാരിക്കുമോ എന്നു ഭയന്നിട്ടാകണം, ആദ്യമേ തന്നെ ക്ഷമാ പണം നടത്തി നിസ്സഹായവസ്ഥ ബോധ്യപ്പെടുത്തുവാൻ ശ്രമിച്ചു.

"Sorry sir, there is a call for you. he says it is urgent" ഫോൺ എനിക്കു കൈമാറിക്കൊണ്ട് അവൾ പറഞ്ഞു.

"ഡാ...." – അങ്ങേതലയ്ക്കൽ സുധാകറിന്റെ ശബ്ദം. "പേപ്പഴ്സ് എല്ലാം ശരിയായിട്ടുണ്ട്. റിയയെ ഇന്നു പുനർജ്ജനിയിലേക്കു ഷിഫ്റ്റ് ചെയ്യും. I will reach there by noon."

പതിവുപോലെ എനിക്കു തിരിച്ചെന്തെങ്കിലും പറയുവാൻ അവസരം നൽകാതെ അവൻ സംഭാഷണം അവസാനിപ്പിച്ചു. അമ്പരപ്പ് വിട്ടു മാറാത്ത എന്റെ മുഖഭാവം കണ്ടിട്ടാകണം മടിച്ചു മടിച്ചാണ് രജനി ചോദി ച്ചത്.

"സർ, പ്രശ്നമെന്തെങ്കിലും...?"

"No, not really. നമുക്ക് ഇന്ന് ഒരു പുതിയ ഇൻമേറ്റ് വരാൻ സാദ്ധ്യത യുണ്ട്. So, please make the arrangements..."

"ശരി സർ..."

"ഒ.കെ..."

സമയം പാഴാക്കാതെ പുതിയ അന്തേവാസിയെ വരവേൽക്കുവാനുള്ള ഏർപ്പാടുകൾ ചെയ്യുവാനായി രജനി മെയിൻ ബ്ലോക്കിലേക്കു പോയി. ഏതാണ്ട് ഇതുപോലൊരു ദിവസമാണ് അവളും പുനർജ്ജനിയിൽ എത്തുന്നത്. പത്തു വർഷങ്ങൾക്കു മുൻപ്. ശ്രീലങ്കൻ ആഭ്യന്തര യുദ്ധത്തിന്റെ ഇരയായി, തമിഴ്നാട്ടിലെ മണ്ഡപം ക്യാമ്പിൽ നിന്ന് രക്ഷപ്പെട്ട് കേരളത്തിലെത്തിയ അവൾ, മുനമ്പം തുറമുഖം വഴി അനധികൃതമായി ആസ്ത്രേലിയയിലേക്കു കടക്കുവാനുള്ള ശ്രമത്തിനിടെയാണ് കോസ്റ്റ് ഗാർഡിന്റെ പിടിയിലാകുന്നത്. സംഭവം നടക്കുമ്പോൾ പ്രായപൂർത്തി യാകാഞ്ഞതിനാൽ കൂടുതൽ ക്രിമിനൽ നടപടികൾ ഒന്നും ഉണ്ടായില്ല. ഏതോ സന്നദ്ധ സംഘടന ഇടപെട്ടാണ് പുനർജ്ജനിയിൽ എത്തിച്ചത്. ദുരന്തപര്യവസായിയായി അവസാനിക്കുമായിരുന്ന അവളുടെ ജീവിതം ഇന്നൊരു സക്സസ് സ്റ്റോറിയാണ്. glad for her!

റിയയെ ഇവിടെ എത്തിക്കുന്നതിൽ സുധാകറിന് അയാളുടേതായ താത്പര്യങ്ങൾ ഉണ്ടാകാം. പക്ഷേ നിർദ്ദേശത്തിന് ഞാൻ സമ്മതം മൂളി യത് അതിലെ നന്മ തിരിച്ചറിഞ്ഞിട്ടാണ്. ഓർമ്മകൾ വീണ്ടെടുത്ത് സ്വസ്ഥജീവിതത്തിലേക്ക് തിരിച്ചെത്താൻ അവളെ പ്രാപ്തയാക്കാൻ സാധിച്ചാൽ അതിൽപ്പരം സംതൃപ്തി നൽകുന്ന വേറെയെന്തുണ്ട്? അതു തന്നെയല്ലേ ഈ സ്ഥാപനത്തിന്റെ പ്രഖ്യാപിത ലക്ഷ്യവും – "Rebuilding lives...."

ഫയൽ നോക്കുവാനുള്ള ഏകാഗ്രത കപ്പലു കയറിപ്പോയതു കൊണ്ടും മൂന്നു ദിവസങ്ങൾക്കു മുൻപ് സുധാകർ വിവരിച്ച 'റിയ' കേസ്സിലെ ദുരൂഹതകൾ, 'ഇമിഗ്രേഷൻ' ക്ലിയറൻസ്സിനായി ഒന്നും കാത്തു നിൽക്കാതെ, പറന്നിറങ്ങി വന്നു മനസ്സിനെ കലുഷിതമാക്കുവാൻ തുടങ്ങി യതുകൊണ്ടും ഓഫീസ്മുറിയുടെ നാലു ചുമരുകൾക്കുള്ളിൽ നിന്നു വേഗം പുറത്തേക്കിറങ്ങി.

പൊലീസ് ഭാഷ്യം പോലെ 'റിയയുടെ ഭർത്താവ്', അവളുടെ മന സ്സിന്റെ വിഭ്രാന്തിയുടെ സൃഷ്ടി മാത്രമാണെങ്കിൽ, അപകടസ്ഥലത്തു നിന്നും അവളുടേതായി ലഭിച്ച 'SM' എന്ന ആലേഖനമുള്ള വിവാഹ മോതിരത്തിന്റെ അസ്തിത്വം എങ്ങനെ വ്യാഖ്യാനിക്കും? ഇനി ഒരു പക്ഷേ, അവൾ വിവാഹിതയായിരുന്നുവെങ്കിലും അന്നത്തെ ബസ്സ് യാത്ര യ്ക്കിടയിൽ പുരുഷൻ കൂടെയുണ്ടായിരുന്നു എന്ന വാദം മുഖവിലയ്ക്ക് എടുത്താൽ പോലും സംഭവം നടന്ന് ഇത്രയും ദിനങ്ങൾ പിന്നിട്ടിട്ടും സ്വന്തം ഭാര്യയെ അന്വേഷിച്ച് അയാൾ വരാതിരിക്കാനുള്ള കാരണ മെന്താണ്? ചിന്തിച്ചാൽ ഒരു അന്തവുമില്ല എന്ന മട്ടിലാണ് കാര്യങ്ങൾ. എന്തൊക്കെയായാലും ചിന്തിച്ച് ചിന്തിച്ച് റീഹാബ് സെന്ററിന്റെ കവാട ത്തിനരികിലായുള്ള പൂന്തോട്ടത്തിനു മുന്നിലെത്തിയപ്പോഴാണ് സ്ഥല കാലബോധമുണ്ടായത്. തോട്ടത്തിലെ ചെറിയ ഫൗണ്ടേഷൻ നന്നാക്കി ക്കൊണ്ടിരുന്ന ശശാങ്കൻ ചേട്ടൻ 'സാറ് പൊറത്തുപോവാണ്ണോ, വണ്ടി

യെടുക്കുന്നില്ലേ?' എന്ന് വിളിച്ചു ചോദിച്ചപ്പോഴാണ് നടന്ന് ഗെയ്റ്റ് വരെ എത്തി എന്ന് ഓർത്തത്.

"ഇല്ല ചേട്ടാ, ഓഫീസിൽ ഇരുന്ന് മുഷിഞ്ഞപ്പോ ഒന്ന് കാറ്റ് കൊള്ളാൻ പുറത്തേക്കിറങ്ങിയതാ" എന്ന ഒരു കമന്റും പാസ്സാക്കി, മുഖ ത്തൊരു വിഡ്ഢിച്ചിരിയും ഫിറ്റ് ചെയ്തു 'എബൗട്ട് ടേൺ' അടിച്ച് നട ക്കാൻ തുടങ്ങിയപ്പോഴാണ് നീല നിറത്തിലുള്ള ഒരു സെഡാൻ കുറുകെ വന്നു നിന്നത്. കാർ ഗ്രാഫിറ്റി വിദഗ്ധൻ തന്റെ കരവിരുതു മുഴുവൻ പ്രകടിപ്പിക്കുവാൻ ശ്രമിച്ച ആ വാഹനത്തിന്റെ വിൻഡോ താഴ്ത്തി ഏതാണ്ട് ഇരുപതുകളിൽ പ്രായം തോന്നിക്കുന്ന പൂച്ചക്കണ്ണുള്ള യുവാവ് ചോദിച്ചു.

"യേ പുനർജ്ജനി റിസോർട്ട് കഹാം ഹേ?" അർജിത് സിംഗിന്റെ ഒരു ഗാനം കാറിനുള്ളിലെ സ്റ്റീരിയോയിൽ നിന്ന് തുരുത്തിനു മുഴുവൻ ആസ്വദിക്കാനെന്നോണം ശബ്ദത്തിൽ മുഴങ്ങുന്നുണ്ടായിരുന്നു.

"Where is Punarjani resort?"

എന്റെ പരിമിതമായ ഹിന്ദി പരിജ്ഞാനത്തെപ്പറ്റി സംശയം തോന്നി യിട്ടാണോ എന്നറിയില്ല, യുവാവിന് സമീപത്തായി മുൻസീറ്റിലിരുന്ന, പൂച്ചക്കണ്ണുകളും പാലിന്റെ നിറവും ഉള്ള യുവതി അർജിത് സിംഗ് തോൽക്കുമാറുച്ചത്തിൽ ഇംഗ്ലീഷിൽ ചോദ്യം ആവർത്തിച്ചു.

"This side..." ഫൗണ്ടനു വലതുവശത്തേക്കായി റോഡിലുള്ള വളവ് ചൂണ്ടിക്കാട്ടി ഞാൻ പറഞ്ഞു. "Take the right turn from there, go straight for a few minutes, you will see a building on the right side. That is the resort"

കാർ അതിവേഗത്തിൽ മുന്നോട്ടു കുതിച്ചു. സിംഗ് അപ്പോഴും വലിയ ആവേശത്തോടെ പാടുന്നുണ്ടായിരുന്നു. "സനം രേ... സനം രേ...."

ഉടമയോടു തന്നെ തന്റെ റിസോർട്ടിലേക്കുള്ള വഴി ചോദിച്ചു മനസ്സി ലാക്കുവാൻ ഭാഗ്യം സിദ്ധിച്ച ഹിന്ദി കപ്പിളിനോട് ആദരവ് തോന്നി.

ദിവസവും ഒരു തവണയെങ്കിലും റീഹാബ് സെന്ററിലെ മുഴുവൻ അന്തേ വാസികളേയും സന്ദർശിക്കുന്ന ഒരു പതിവുണ്ട് എനിക്ക്. മിക്കവാറും ഉച്ചയൂണിനു മുൻപാണ് അതു ചെയ്യാറ്. എന്റെ 'മിനി' റൗണ്ട്സ്' കഴി യുമ്പോഴേക്കും ഡോക്ടറുടെ സേവനം ആവശ്യമുള്ള അന്തേവാസി കളുടെ 'യഥാർത്ഥ' 'റൗണ്ട്സ്' എടുക്കുവാൻ പുനർജ്ജനിയുടെ സീനി യർ സൈക്യാട്രിസ്റ്റ് ആയ ഡോ. അഭിലാഷ് കർത്ത എത്തിച്ചേരുകയാണ് പതിവ്. 'മിനി റൗണ്ട്സ് നടന്നുകൊണ്ടിരിക്കവേയാണ് സെന്ററിന്റെ റിസ പ്ഷനിൽ റിയ സൂസൻ എത്തിയിട്ടുണ്ട് എന്ന രജനിയുടെ സന്ദേശം ലഭിക്കുന്നത്. ഉടനെ തന്നെ അവളുടെ അടുത്തേക്കു ചെല്ലുവാൻ തീരു മാനിച്ചു. പുനർജ്ജനിയിൽ എത്തുന്ന എല്ലാ പുതിയ ഇൻമേറ്റ്സിനെയും

രജിസ്ട്രേഷൻ സമയത്തു തന്നെ ഞാൻ കാണണം എന്നൊന്നും സ്ഥാപ
നത്തിന്റെ നിയമാവലിയിൽ ഇല്ലെങ്കിലും ഇവളുടെ കാര്യത്തിൽ അത്
ഒരു അനിവാര്യതയാണെന്ന് തോന്നി.

"വെൽക്കം മിസ്സ് റിയ, ഞങ്ങൾ നിങ്ങളെ പ്രതീക്ഷിച്ച് ഇരിക്കുകയായി
രുന്നു." റിസപ്ഷനിലെ സ്വീകരണമുറിയിൽ കാത്തിരുന്ന മുപ്പത്തഞ്ചു
വയസ്സിനടുത്ത് പ്രായം തോന്നിക്കുന്ന സ്ത്രീ റിയ ആയിരിക്കുമെന്ന് അനു
മാനിച്ചുകൊണ്ട് ഞാൻ പറഞ്ഞു. അവളുടെ കസേരയ്ക്ക് ഇരുവശവും
നിന്നിരുന്ന രണ്ട് മധ്യവയസ്കർ എന്നെ കണ്ട മാത്രയിൽ തന്നെ ഒരു
സ്യൂട്ട്കേസ്സും മറ്റെന്തോ സാധന സാമഗ്രികളും എനിക്ക് ഒപ്പം ഉണ്ടായി
രുന്ന രജനിയെ ഏൽപ്പിച്ച് ഒരു ചെറുപുഞ്ചിരിയും തൂകി പുറത്തേക്കിറങ്ങി.
റിയയെ പുനർജ്ജനിയിലെത്തിക്കാൻ അകമ്പടിയായി വന്ന മഫ്തയി
ലുള്ള വനിതാ പൊലീസുകാർ ആയിരുന്നു അവർ എന്നു എനിക്കു
മനസ്സിലാക്കുവാൻ പിന്നേയും സമയമെടുത്തു.

"റിയ എന്തെങ്കിലും കഴിച്ചിരുന്നോ?"

രജനിയുടെ ചോദ്യം അവൾ കേട്ടില്ല എന്ന് തോന്നി.

" മിസ്സ് റിയയ്ക്ക് വിശക്കുന്നില്ലേ?" രജനി ചോദ്യം ആവർത്തിച്ചു.

"ആര് പറഞ്ഞു? It's Mrs Riya.തോന്നിയ പോലെ എന്തും പറയാം
എന്ന് കരുതരുത്."

അവളുടെ മുഖം കോപം കൊണ്ട് തുടുത്തു. റിയ യുടെ
അപ്രതീക്ഷിത പൊട്ടിത്തെറിയിൽ ഞങ്ങൾ ഒന്ന് അമ്പരന്നു എങ്കിലും
രംഗം ശാന്തമാക്കുവാനായി രജനി ക്ഷമാപണം നടത്തി.

"സോറി, ഞാൻ... അ...ങ...നെ ഉദ്ദേശിച്ചതല്ല. മാര്യഡ് ആണെന്ന്
പെട്ടെന്ന് ഓർത്തില്ല.......?"

"റിയ വെജിറ്റേറിയൻ അല്ലല്ലോ?"

വിഷയം മാറ്റുവാൻ ശ്രമിച്ചു ഡൈനിങ്റൂമിലേക്ക് ആനയിച്ചു ഞാൻ
പറഞ്ഞു.

"അല്ല..."

"ഞങ്ങടെ ലാസറ് ചേട്ടൻ ഇവിടെ ഉണ്ടാക്കുന്ന നാടൻ കോഴിക്കറി
സൂപ്പറാ..."

"കളിമൺ ചിക്കൻ പൊള്ളിച്ചത് പുള്ളീടെ മാസ്റ്റർ പീസാണ്." എന്റെ
സ്ട്രാറ്റജി ഏറ്റുപിടിച്ചുകൊണ്ടാണ് രജനിയുടെ മാസ്റ്റർ സ്ട്രോക്ക്.

തീൻമേശയ്ക്ക് മുന്നിലിരുന്ന റിയ, പ്രതീക്ഷിച്ചതിലും സുന്ദരിയായി
രുന്നു. ദിവസങ്ങൾ നീണ്ട ആശുപത്രി വാസവും ശരീരമാകെയേറ്റ,
ഇനിയും പൂർണ്ണമായി ഭേദമായിട്ടില്ലാത്ത മുറിവുകളും അവളെ പരി
ക്ഷീണിതയാക്കിയിരുന്നുവെങ്കിലും ഒതുങ്ങിയ അരക്കെട്ടും തുളുമ്പുന്ന

മാറിടവും ഇളംഗോതമ്പിന്റെ നിറവും അവളുടെ സൗന്ദര്യത്തിന് വല്ലാ ത്തൊരു വശ്യത നൽകിയിരുന്നു.

"So this is my new cell?"

പുച്ഛവും നീരസവും ഇടകലർന്നിരുന്നു, റിയയുടെ സ്വരത്തിൽ

"എന്റെ അറിവിൽ അല്ല. ഇനി നിങ്ങൾക്ക് അങ്ങനെ ഒരു ആഗ്രഹമു ണ്ടെങ്കിൽ ഇവിടെ ഒരു സെൽ പണിയുന്നതിനെപ്പറ്റി ചിന്തിക്കാം." വിട്ടു കൊടുക്കുവാൻ ഞാനും തയ്യാറല്ല. അങ്ങനെ ഒരു മറുപടി അവൾ എന്നിൽ നിന്നും പ്രതീക്ഷിച്ചില്ല എന്ന് തോന്നുന്നു. അല്പം മയപ്പെട്ട് റിയ തുടർന്നു.

"നിങ്ങളാണോ ഇവിടുത്തെ ഡോക്ടർ...?"

"അലക്സ് സർ ഈസ് അവർ സി.ഈ.ഒ..."ഹീ ഈസ് അവർ ജെം..."

രജനിയുടെ യജമാനസ്നേഹം അനർഗളനിർഗ്ഗളം പ്രവഹിക്കുമോ എന്നു ഭയന്നു അടിയന്തിര ഇടപെടൽ നടത്തേണ്ടി വന്നു.

"പുനർജ്ജനിയെപ്പറ്റി കുട്ടിക്ക് ലഭിച്ച ധാരണ എന്താണ് എന്നെനി ക്കറിയില്ല. ബട്ട് വൺ തിങ്ങ് ഐ ക്യാൻ ടെൽ യു, വീ ആർ ദേർ റ്റു ഹെൽപ്പ് യൂ... ഇനി എന്നെപ്പറ്റി ചോദിക്കുകയാണെങ്കിൽ, രജനി പറ ഞ്ഞതുപോലെ ഞാൻ ഈ സ്ഥാപനത്തിന്റെ സി.ഈ.ഒയും ട്രെയിൻഡ് സൈക്കോളജിസ്റ്റും ആണ്..."

"സൈക്യാട്രിസ്റ്റും, ആയുർവേദം, ഹോമിയോപ്പതി അടക്കമുള്ള ശാഖകളിൽ യോഗ്യരായിട്ടുള്ള ഭിഷഗ്വരന്മാരും ഇവിടെയുണ്ട്. എല്ലാ ശാസ്ത്ര ശാഖകളിലും സന്നിവേശിപ്പിച്ചുള്ള റീഹാബ് മോഡൽ ആണ് ഞങ്ങളുടേത്...."

പ്രസ്ഥാനത്തെപ്പറ്റി രജനി ആവേശം കൊണ്ടു. പക്ഷേ ഈ ഘട്ട ത്തിലെ അനാവശ്യ വിശദീകരണങ്ങൾ രോഗിയാണെന്ന അപകർഷകത അവളിൽ കൂടുതലാകാൻ മാത്രമേ സഹായിക്കൂ എന്ന് എനിക്കറിയാമാ യിരുന്നു. അതുകൊണ്ടുതന്നെ 'സെറ്റിങ്ങ്' എസ്റ്റാബ്ലിഷ് ചെയ്യുവാനായി കൂടുതൽ ശ്രമിക്കാതെ ഞാൻ മൗനം പാലിച്ചു.

"അപ്പോൾ നിങ്ങൾ കഴിക്ക്, ഞാൻ ഒന്ന് ഓഫീസിലേക്ക് ചെല്ലട്ടെ..." പതുക്കെ കസേരയിൽ നിന്നെഴുന്നേറ്റ് തിരിഞ്ഞ് നടന്നു. എന്റെ വാക്കു കൾ റിയയിൽ പ്രത്യേകിച്ച് ഭാവഭേദം ഒന്നും ഉളവാക്കിയില്ലെങ്കിലും നടന്നു നീങ്ങിയ എനിക്കഭിമുഖമായി ചുമരിൽ സ്ഥാപിച്ചിരുന്ന കണ്ണാടി യിൽ, എന്റെ ചലനങ്ങളെ ഒളികണ്ണാൽ വീക്ഷിക്കുന്ന അവളുടെ പ്രതി ബിംബം ദൃശ്യമായിരുന്നു. ആ കണ്ണുകൾ ഒരുപാട് ഒളിപ്പിക്കുവാൻ കഷ്ട പ്പെടുന്നതായി എനിക്കു തോന്നി.

Her eyes definitely has a story to tell!

2018 ജൂൺ 30 ഞായർ 4.30pm

ഓഫീസിലെത്തിയ എന്റെ മനസ്സു നിറയെ, റിയയെ എങ്ങനെ ഡീൽ ചെയ്യണം എന്ന ചിന്തയായിരുന്നു. She looks like a tough nut to crack! വെല്ലുവിളികൾ ഏറ്റെടുക്കുക എന്നത് എന്നും എന്റെ ബലഹീനതയാണ്. തീരുമാനങ്ങളിൽ ഇതുവരെ പശ്ചാത്തപിക്കേണ്ടി വന്നിട്ടില്ല. പക്ഷേ ഇക്കുറി കണക്കുകൂട്ടലുകൾ പിഴച്ചുവോ? ചഞ്ചലചിത്തനാവാനുള്ള സമ യമല്ലിത്, ആശ്വസിക്കുവാൻ ശ്രമിച്ചു. മനസ്സ് ശാന്തമല്ലാത്തതുകൊണ്ടാവും മുറിയിലേക്കു കടന്നുവരുവാൻ അനുവാദം ചോദിച്ചു കൊണ്ടുള്ള ശബ്ദം ശ്രദ്ധയിൽപ്പെട്ടില്ല. പുറത്തു കാത്തുനിന്നു മുഷിഞ്ഞതുകൊണ്ട് കൂടു തൽ ഔപചാരികതയ്ക്കു മുതിരാതെ സുധാകർ അകത്ത് കയറി മുന്നിൽ കസേര വലിച്ചിട്ടിരുന്നു.

"സാറ് ഭയങ്കര തിരക്കിലാണോ...?"

"സുധാകർ, താൻ ഇത് എപ്പോൾ വന്നു കയറി?"

"ദേ ഇപ്പൊ. തംബ്രാന് അസ്കിത വല്ലതും?"

"നിങ്ങള് രാവിലെ തന്നെ എത്തുമെന്നല്ലേ മൊബൈലിൽ മൊഴിഞ്ഞ്?"

"അല്ലല്ലോ, ഉച്ച ആവുംന്ന് ഉണർത്തിച്ചിരുന്നു."

"എന്നിട്ട് നിങ്ങൾക്കിപ്പോഴാ ഉച്ചയായെ...?"

ചുമരിൽ തൂങ്ങിയിരുന്ന ഘടികാരത്തെ ചൂണ്ടിയായിരുന്നു എന്റെ പുച്ഛം...

"പെട്ടുപോയെടോ, ജെനീവയിൽ നിന്നൊരു ടീമിന്റെ പ്രസ്സ് മീറ്റ് കവർ ചെയ്യാനുണ്ടായിരുന്നു."

"നിങ്ങടെ പത്രം റിപ്പോർട്ടർമാരെയൊക്കെ പറഞ്ഞു വിട്ടിട്ട് ബ്യൂറോ ചീഫുമാരെയാണോ ഇപ്പോൾ പ്രസ്സ് കോൺഫറൻസുകൾക്ക് അയയ്ക്കു ന്നത്....?"

"അതല്ല... ഒരു ഓവറോൾ ഏകോപനം... ഉണ്ടല്ലോ അത്... അതിപ്പോ ഞാൻ തന്നെ ചെയ്യണതാണല്ലോ നല്ലത്..." കളവു കൈയോടെ

പൊളിക്കപ്പെട്ടെങ്കിലും കുലുങ്ങാതെ പിടിച്ചു നിൽക്കുവാനുള്ള സുധാക രിന്റെ നാവു വഴക്കത്തിനു മുന്നിൽ പകച്ചുപോയി.

"റിയ എത്തിയിട്ടുണ്ട്"

"ക്രിസ്റ്റി പറഞ്ഞു."

"ക്രിസ്റ്റി...?"

"ബ്യൂറോയിലെ എന്റെ അസിസ്റ്റന്റാണ്..."

"ഇനിയിപ്പോൾ എന്താ വേണ്ടേ...?"

"അതുകൊള്ളാം. താനല്ലേ വലിയ സൈക്യാട്രിസ്റ്റ്..."

"സൈക്കോളജിസ്റ്റ്....."

"ആ, അതു രണ്ടും ഒന്നുതന്നെ...."

"അല്ലല്ലോ, I can't prescribe medicines. I'm a clinical psychologist..."

"ഓാ, എന്തായാലും... കാര്യത്തിലേക്കു വാ... തനിക്കു അവളെ കണ്ടിട്ട് എന്തു തോന്നി......?"

"If you ask me, my first impression is bad ഇതൊരു കുഴഞ്ഞ കേസ് ആണെന്ന് എനിക്കു തോന്നുന്നു..."

"അതുകൊണ്ടാണല്ലോ ദി ഗ്രേയ്റ്റ് അലക്സ്മോറിസ്റ്റിനെ തന്നെ തേടിയെത്തിയത്..."

"എന്റെ ചങ്ങാതീ, ഇതിൽ ഒരു സംഗതി വളരെ സ്പഷ്ടമാണ്. യാദൃച്ഛികമായിരുന്നുവെങ്കിലും അവൾ ഇവിടെ എത്തി അധികം വൈകാതെ തന്നെ ഞങ്ങളോട് തറപ്പിച്ചു പറഞ്ഞ ഏകകാര്യം, അവൾ വിവാഹിതയാണ് എന്നാണ്. നിങ്ങൾ കഴിഞ്ഞ ദിവസം പറഞ്ഞത് മുഖ വിലയ്ക്കെടുക്കുകയാണെങ്കിൽ, മറ്റെല്ലാം മറന്നിട്ടും അവൾ ഓർമ്മിക്കുന്ന ഏറ്റവും പ്രധാനപ്പെട്ട സംഭവവും ഇതുതന്നെ, ദാറ്റ് മീൻസ്..."

"അവളുടെ ഓർമ്മകളിലേക്കുള്ള താക്കോൽ..., അത് അയാളാണ്..."

"അതെ, അതു തന്നെയാണ് എന്റെ ഏറ്റവും വലിയ വെല്ലുവിളിയും. അപകടം നടന്ന് ഒരു മാസത്തോളം ആയിട്ടും പൊലീസിനു പോലും യാതൊരു സൂചനയും ലഭിക്കാത്ത ആ അദൃശ്യമനുഷ്യനെ നാം എങ്ങനെ കണ്ടുപിടിക്കാനാണ്? ഇതു നിങ്ങൾ ഏറ്റവും ഇഷ്ടപ്പെടുന്നതുപോലുള്ള ത്രില്ലർ സിനിമയല്ല, സുധാകർ."

"നിങ്ങൾ ഷെർലക് ഹോംസോ, ഡിറ്റക്ടീവ് പുഷ്പരാജോ അല്ല എന്നുള്ളത് എനിക്ക് നന്നായി അറിയാം. പക്ഷേ ഞാൻ ശക്തമായി വിശ്വസിക്കുന്നത് അവളുടെ ഭൂതകാലത്തിന്റെ താഴ് തുറക്കുവാൻ തനിക്കും പുനർജ്ജനിക്കും സാധിക്കും എന്നുതന്നെയാണ്."

"വിശ്വാസം നിങ്ങളെ രക്ഷിക്കട്ടെ..." എന്റെ മുഖത്ത് ഒരു ചിരി പടരു ന്നത് ഞാൻ അറിഞ്ഞു.

മേശമേൽ ഇരുന്ന ഗോൾഡ് ഫ്ളേക്ക് സിഗരറ്റിന്റെ കൂടിൽ നിന്ന് ഒരെണ്ണം എടുത്ത് ചുണ്ടിനോടു ചേർത്ത് എനിക്കു നേരെ ദൃഷ്ടി തിരിച്ച് സുധാകർ ചോദിച്ചു.

"So what do you think?"

"Smoking is definitely injurious to health" എന്റെ ട്രോൾ ആസ്വദി ച്ചിട്ടെന്നോണം ഒന്നു മുന്നോട്ടാഞ്ഞു കുലുങ്ങിച്ചിരിച്ചു.

"ട്ണിം....ട്ണിം..."

ടേബിളിലെ ഇന്റർകോം സ്വരമുണ്ടാക്കി. ശബ്ദമലിനീകരണത്തിന് അധികം അവസരം കൊടുക്കേണ്ടെന്നു കരുതി വേഗം തന്നെ അതെ ടുത്തു ചെവിയോടു ചേർത്തു. അങ്ങേ തലയ്ക്കൽ രജനിയാണ്.

"എന്താണ് രജനി?" എന്തോ വലിയ ടിസ്റ്റിലേക്കു നയിക്കുന്ന വെളി പ്പെടുത്തലിനായെന്നോണം കാതു കൂർപ്പിച്ചു.

"സർ, റിയയുടെ..."

സുധാകർ ചെവി കൂർപ്പിച്ചിരിക്കുന്നുണ്ട്. വലിയ ആകാംക്ഷയോടെ യാണ് ഞാനെന്താണ് പറയാൻ പോകുന്നത് എന്നു ശ്രദ്ധിച്ചിരിക്കുന്നത്. റിയയുടെ ഭൂതകാലം കണ്ടെത്താൻ എനിക്ക് കഴിയുമെന്നു തന്നെയാണ് സുധാകർ വിശ്വസിക്കുന്നത്. ഒരു ക്ലിനിക്കൽ സൈക്കോളജിസ്റ്റ് ആയ എനിക്ക് ഒരുപക്ഷേ അതിനു കഴിഞ്ഞേക്കും. ഒരു തുമ്പ് കിട്ടുന്നതുവരെ ശ്രമിച്ചുനോക്കുവാൻ തന്നെ ഞാൻ നിശ്ചയിച്ചിരിക്കുകയാണ്.

സത്യം പറയാമല്ലോ എനിക്കു മാത്രം കണ്ടുപിടിക്കാൻ പാകത്തി നുള്ള ഏതോ നിഗൂഢരഹസ്യത്തിന്റെ സൂചനയുമായാണ് രജനി വിളി ക്കുന്നത് എന്നാണ് ഞാനും ആദ്യം കരുതിയത്.

"സർ, റിയയുടെ താമസം 'ജെ' ബ്ലോക്കിൽ ഏർപ്പെടുത്തിയാൽ മതിയോ...?"

പുനർജ്ജനിയിലെ വൃദ്ധജനങ്ങളുടെ സിനൈൽ ഡിമൻഷ്യ രോഗ ങ്ങൾക്കും അവരുടെ പുനരധിവാസത്തിനുമായുള്ള ബ്ലോക്ക് ആയ 'ജെ'യിൽ റിയയെ അംഗമാക്കുന്നതിൽ അസ്വാഭാവികത തോന്നി.

"വൈ..."

"പിന്നെ എവിടെയാണു സർ...?" രജനിയുടെ ശങ്കിച്ച മുഖം എനിക്കു ഭാവനയിൽ കാണാമായിരുന്നു.

"She will be staying in Punarjani Resort Suite?" ഇത്തവണ അദ്ഭുത പ്പെട്ടത് എതിരേ ഇരുന്നിരുന്ന സുധാകറാണ്.

"എടാ നിനക്കു ശരിക്കും വട്ടായോ?"

സുഹൃത്തിന്റെ വികാരപ്രകടനം തികച്ചും ന്യായമായിരുന്നു. ദിവസം ഇരുപതിനായിരം രൂപയിൽ കുറയാതെ വാടക കിട്ടുവാൻ സാധ്യതയുള്ള പഞ്ചനക്ഷത്ര നിലവാരമുള്ള സ്വീറ്റ് മുറിയിൽ അവളെ താമസിപ്പിക്കുക

എന്നതു ഒന്നാലോചിച്ചാൽ കിറുക്കുതന്നെയാണ്. അത് ശരിവെയ്ക്കു വാൻ മനസ്സ് (അഭിമാനം) അനുവദിക്കാത്തതു കൊണ്ട് ഇങ്ങനെ പറഞ്ഞു.

"ഒരു ചികിത്സാ കേന്ദ്രത്തിലാണ് താൻ എന്ന തോന്നൽ അവളിൽ പരമാവധി കുറയ്ക്കുകയാണ് ഏറ്റവും 'ബേസിക്ക്' ആയിട്ടുള്ള കാര്യം, മറിച്ചാണെങ്കിൽ അവൾ കൂടുതൽ ഉൾവലിയുകയേ ഉള്ളൂ. It may not be an entirely scientific thinking, but I guess, this will ease her out more. റിയ തുറന്നു സംസാരിക്കാതെ എനിക്കെന്നല്ല, ഇവിടെ ആർക്കും നിങ്ങളെ സഹായിക്കാനാവില്ല സുധാകർ. പിന്നെ, എന്റെ സാമ്പത്തിക നഷ്ടം... അത് ഞാൻ ആരേയും ബോധിപ്പിക്കേണ്ട കാര്യമില്ലല്ലോ..."

ക്ലിനിക്കൽ വൈദഗ്ധ്യത്തിന്റെ സങ്കീർണ്ണതലങ്ങളും നിസ്വാർത്ഥ സൗഹൃദത്തിന്റെ മഹത്വപ്രഖ്യാപനവും ഒരേ വാചകത്തിൽ, അത്യന്തം നാടകീയമായി സന്നിവേശിപ്പിച്ച എന്റെ വാക്ചാതുരിയിൽ മനം നിറഞ്ഞ്, ആനന്ദാശ്രു പൊഴിച്ച് ഇതുവരെ ഏറെക്കുറെ സസ്പെൻഡ് മോഡിൽ പൊയ്ക്കൊണ്ടിരുന്ന ഈ കഥയിൽ അനാവശ്യ മെലോഡ്രാമ കയറ്റി ബോറാക്കിക്കളയുമോ എന്നു ഞാൻ ഭയന്നെങ്കിലും പേടി അസ്ഥാന ത്തായിരുന്നു എന്ന് മനസ്സിലാക്കുവാൻ അര നിമിഷം പോലും വേണ്ടിവ നില്ല. കൈവശമുണ്ടായിരുന്ന 'അഡിഡാസ്' ലോഗോ പതിച്ച ബാഗിൽ നിന്നും സ്പൈറൽ ബൈൻഡ് ചെയ്ത കുറച്ചു രേഖകൾ എടുത്തു മേശ മേൽ വെച്ചിട്ട് സുധാകർ പറഞ്ഞു.

"റിയയുടെ ഇതുവരെയുള്ള മെഡിക്കൽ റിപ്പോർട്ടുകളുടെ പകർപ്പാണ് യുവർ ടീം വിൽ ഡെഫിനിറ്റ്‌ലി ഫൈൻഡ് ദിസ് ഹെൽപ്പ്ഫുൾ..."

"തീർച്ചയായും... നിങ്ങൾക്ക് അവളെ കാണണ്ടേ?" ചോദ്യം പ്രതീക്ഷി ച്ചിരുന്നു എന്ന മട്ടിൽ അയാൾ പ്രതിവചിച്ചു.

"നോട്ട് നൗ അവൾ എന്തായാലും ഇവിടെ ഉണ്ടല്ലോ. I will meet her sometime later. അപ്പോൾ ഞാൻ ഇറങ്ങുന്നു. Will call you..."

"വലിയ ഫോർമാലിറ്റി ഒന്നും വേണ്ടെടോ, അങ്ങോട്ടു വിളിച്ചു ബുദ്ധി മുട്ടിച്ചോളാം..."

സുധാകർ നന്ദി പറഞ്ഞിറങ്ങി. റിയ കേസ്സുമായി മുന്നോട്ടുള്ള എന്റെ പ്രയാണത്തിൽ അയാളുടെ സാന്നിധ്യം പകരുന്ന ഊർജ്ജം ചെറുതല്ല എന്ന യാഥാർത്ഥ്യം തിരിച്ചറിഞ്ഞുകൊണ്ട് മെഡിക്കൽ റിപ്പോർട്ടു കളിലേക്ക് ഞാൻ മുഖം പൂഴ്ത്തി.

2018 ജുലായ് 2 ചൊവ്വ 8.10am

പതിവിലും വൈകിയാണ് ഇന്ന് ഉറക്കമുണർന്നത്. കിടക്കുവാൻ വളരെ താമസിച്ചിരുന്നു.

പ്രഭാതഭക്ഷണത്തിനു ശേഷം, ഈ ദിവസത്തേക്കായി ചാർട്ട് ചെയ്തി രുന്ന മീറ്റിംഗുകളുടെ പട്ടികയിലൂടെ കണ്ണോടിക്കുന്നതിന് ഇടയിലാണ് രജനിയുടെ മെസ്സേജ് ശ്രദ്ധയിൽപ്പെട്ടത്.

"Sir, Riya Susan wants to talk to you..."

കേൾക്കുവാൻ ആഗ്രഹിച്ചിരുന്നതാണെങ്കിലും പുനർജ്ജനിയിൽ എത്തി നാലപത്തിയെട്ടു മണിക്കൂറിനുള്ളിൽ റിയയുടെ ഇത്തരമൊരു ആവശ്യം ഒട്ടും പ്രതീക്ഷിച്ചിരുന്നതല്ല. (പോസ്റ്റ് ട്രുമാറ്റ്ക്ക് സ്ട്രെസ്സ്ന്റെ പ്രധാന ലക്ഷണങ്ങളിൽ ഒന്നാണ് അടിക്കടിയുള്ള മൂഡ്സ്വിങ്ങ്സ് എന്ന് അവളുടെ മെഡിക്കൽ റിപ്പോർട്ടിൽ ഒരാപൽസൂചന സൂചന ഉണ്ടായി രുന്നു എങ്കിൽ പോലും). അതുകൊണ്ടു തന്നെ രജനിക്കു മറുപടി അയ യ്ക്കുവാൻ തെല്ലിടപോലും വൈകിയില്ല.

"Okay, I'll be there in 20 minutes. you please be there with her when I come..."

കരഞ്ഞു കലങ്ങിയ മിഴികളുമായി ജാലകപ്പടിയിൽ അനന്തതയിലേക്കു ദൃഷ്ടിപായിച്ച് വിഷണ്ണയായി കാത്തിരിക്കുന്ന ദുരന്തനായികയെ പ്രതീക്ഷിച്ച്, റിസോർട്ടിലെ സ്വീറ്റ്-1ൽ എത്തിച്ചേർന്ന എന്നെ വരവേറ്റത് പുഞ്ചിരിക്കുന്ന മുഖവുമായി കയ്യിലെ കരോഫീ മഗ്ഗിലെ ബാൻഡ് പെയിന്റിംഗ് ആസ്വദിച്ചുകൊണ്ടിരുന്ന റിയ സൂസനാണ്. റിസോർട്ടിലെ ഹോസ്പിറ്റാലിറ്റി ടീമിന്റെ ഇടപെടലുകൾ ആണോ രജനിയുടെയും സംഘത്തിന്റെയും പരിചരണത്തിന്റെ ഊഷ്മളതയാണോ നിമിത്തമായ തെന്ന് അറിയില്ല, രണ്ടു ദിവസങ്ങൾക്ക് മുൻപ് ഞാൻ കണ്ട കലഹംസ ഭാവിയിൽ നിന്ന് ഒരുപാട് മാറിയിരിക്കുന്ന അവൾ.

"ഞാൻ പ്രതീക്ഷിച്ചത്ര മോശമല്ല..."

എന്താണ് അവൾ ഉദ്ദേശിച്ചത് എന്ന് വ്യക്തമായി മനസ്സിലായി ല്ലെങ്കിലും നിഷ്കളങ്കത നടിച്ചുകൊണ്ട് ആരാഞ്ഞു.

"എന്ത്......?"

എന്റെ ചോദ്യത്തിനല്ല അവൾ ഉത്തരം തന്നത്. "എന്നെ സഹാ യിക്കാം എന്നല്ലേ നിങ്ങൾ അന്ന് എന്നോട് പറഞ്ഞത്?"

"സിദ്ധാർത്ഥ് അതായിരുന്നു അവന്റെ പേര്" അവൾ പറഞ്ഞു തുടങ്ങി, "ഓൺലൈൻ വഴിയാണ് ഞങ്ങൾ ആദ്യമായി പരിചയപ്പെടു ന്നത്. എല്ലാ കഥയിലും എന്ന പോലെ സൗഹൃദം പ്രണയമായി. ഒന്നിച്ചു ജീവിക്കാം എന്നള്ളത് ഇരുവരും ചേർന്നെടുത്ത തീരുമാനമായിരുന്നു." അവളുടെ സംഭാഷണത്തിന്റെ ഒഴുക്കിനെ തടസ്സപ്പെടുത്തുക എന്നത് എന്റെ ഉദ്ദേശ്യമായിരുന്നില്ലെങ്കിലും അറിയാതെ ചോദിച്ചു. "മാതാപി താക്കൾ...?"

"എന്നെപ്പോലെ അവനും അനാഥനായിരുന്നു."

വന്യമായ അവളുടെ ചിരിയിൽ, നഷ്ടബോധത്തിന്റെ നിരാശയായി രുന്നോ ലോകത്തോടുള്ള നിരന്തര കലഹത്തിന്റെ മടുപ്പാണോ നിഴലി ച്ചിരുന്നത് എന്ന് തിരിച്ചറിയാൻ കഴിഞ്ഞില്ല.

"വിവാഹം...?"

സുധാകരൻ എനിക്ക് നീട്ടിക്കാണിച്ച അവളുടെ വിവാഹമോതിര ത്തിന്റെ കഥയൊന്നും ഞാനവളോട് പറഞ്ഞില്ല. സുധാകർ ചെയ്തത് തീർച്ചയായും ഒരു കുറ്റകൃത്യമാണ്. എന്തിനുവേണ്ടിയായിരുന്നു അത്? "എവിടെ വെച്ചായിരുന്നു നിങ്ങളുടെ കല്യാണം എന്ന് ഓർമ്മയുണ്ടോ?" ഞാൻ ചോദിച്ചു.

"ബോധിപ്പിക്കാനും അനുവാദം ചോദിക്കാനുമൊന്നും രണ്ടുപേർക്കും അങ്ങനെ രക്തബന്ധം എന്നു പറയാൻ ആരും ഇല്ലാതിരുന്നതുകൊണ്ട് വലിയ ചടങ്ങോ സൽക്കാരമോ ഒന്നും നടന്നതായി ഓർമ്മയിലില്ല... പക്ഷേ എങ്ങോ ഉള്ള, പുലരിയുടെ ഏറിയ പങ്കും മഞ്ഞുമൂടി കിടക്കുന്ന, ആ പള്ളിമണിയും മലഞ്ചെരിവും ആ വീടും. എന്റെ നിദ്രകളെ അവ അസ്വസ്ഥമാക്കുന്നുണ്ട്."

പണ്ടെന്നോ കണ്ടു മറന്ന, ഏതോ ആംഗലേയ ഹൊറർ സിനിമയുടെ കഥാപശ്ചാത്തലം സ്വന്തം ജീവിതകഥയെക്കുറിച്ചുള്ള, അവശേഷിക്കുന്ന ഓർമ്മകളുമായി അവൾക്കു കെട്ടുപിണഞ്ഞുപോയതാണോ എന്ന് ഒരു നിമിഷത്തേക്കു ശങ്കിച്ചെങ്കിലും കുട്ടിക്കാനത്തെ സഹകരണബാങ്കി റിയ സൂസൻ അക്കൗണ്ട് തുടങ്ങിയതിന്റെ സാംഗത്യം ക്രമേണ മന സ്സിൽ തെളിഞ്ഞു വന്നു. റിയയും അവളുടെ ഭർത്താവും താമസിച്ചിരുന്നു എന്നു പറയപ്പെടുന്ന മലഞ്ചെരുവിലുള്ള വീട് ആ പ്രദേശത്ത് ആയിരു ന്നിരിക്കണം. അതിനെപ്പറ്റി കൂടുതൽ അന്വേഷിക്കണമെന്ന് മനസ്സിൽ കുറിച്ചിട്ടു.

"ഇപ്പോൾ പറഞ്ഞത് കൂടാതെ മറ്റെന്തെങ്കിലും ഓർമ്മിക്കുവാൻ കഴി യുന്നുണ്ടോ?.."

അവളുടെ മുഖം ഗ്ലാനമായി. അനാവശ്യധൃതി കാണിച്ചതിന് കുറ്റ ബോധം തോന്നിയതിനാൽ വിഷയം മാറ്റുവാൻ ശ്രമിച്ചു.

"Are you enjoying the stay here...?"

"You should help me in finding my Siddharth. അവനെ എനിക്കു തിരിച്ചു തരണം..."

അടക്കിവെച്ചിരുന്ന കണ്ണീർ അണപൊട്ടി ഒഴുകി. റിയയെ സമാശ്വ സിപ്പിക്കുവാനുള്ള എന്റെ പ്രയത്നങ്ങൾക്കിടെ രജനി സൂസെപാക്യം ഞങ്ങളുടെ മധ്യത്തിലേക്ക് കടന്നുവന്നു.

"Sorry Sir, sorry for interrupting your discussion. But I thought I should bring this to your notice."

വിളറിവെളുത്ത മുഖവുമായി നിന്ന് രജനിയുടെ കയ്യിലുമുണ്ടായിരുന്ന ചെറിയൊരു പൊതി അപ്പോഴാണു ഞാൻ കണ്ടത്. പരിഭ്രാന്തവദനയായി, അനുവാദത്തിനുപോലും കാത്തു നിൽക്കാതെ ഞങ്ങൾക്കിടയിലേക്കു അവൾ കടന്നു വരണമെങ്കിൽ ആ കവറിലെ ഉള്ളടക്കത്തിന് എന്തോ അസാധാരണത്വം ഉണ്ടാകും എന്നു ഗ്രഹിക്കുവാനുള്ള സാമാന്യബോധം എനിക്കുണ്ടായിരുന്നു.

"Sir, we just received this courier now. I think this is bizzare."

"എന്താണത്?"

ചോദ്യത്തിനു കാത്തു നിൽക്കാതെ രജനി അത് തുറന്ന് അതിനു ള്ളിലെ വസ്തു എനിക്കു നേരെ നീട്ടി – യുഎസ്ബി ഫ്ളാഷ് ഡ്രൈവ്!

"plug it!"

s -Vx എന്നു പുറമേ രേഖപ്പെടുത്തിയിരുന്ന ആ പെൻഡ്രൈവ് മുറി യിൽ ഉണ്ടായിരുന്ന ഡെസ്ക്ക്ടോപ്പ് കമ്പ്യൂട്ടറിൽ ഘടിപ്പിച്ചപ്പോൾ അതിലെ mp4 വീഡിയോ ഫയലുകൾക്ക് ജീവൻ വെച്ചു. അവ്യക്ത മായിരുന്ന ദൃശ്യങ്ങൾ ക്രമേണ കൂടുതൽ മിഴുവുറ്റതായി. ഏതോ മല യോര മേഖലയിലെ ചെറിയ കവല. കവലയുടെ മധ്യത്തിലേക്കുള്ള ചെറിയ കലുങ്കിനു സമീപം മൂന്നാലു ചെറുപ്പക്കാർ പരസ്പരം എന്തോ സംസാരിക്കുന്നുണ്ട്. (എതിരെയുള്ള സിനിമാ പരസ്യഫ്ളക്സിൽ നിന്നു വ്യക്തമാണ്, ഈ വീഡിയോ ചിത്രീകരിച്ചിട്ട് അധികം കാലം ആയിട്ടില്ല എന്ന്.) മൂന്നു മിനിറ്റോളം ആകെ ദൈർഘ്യമുള്ള വീഡിയോ ക്ലിപ്പിങ്ങിന്റെ ആദ്യ അൻപത്തിയഞ്ചു സെക്കൻഡോളം ഈ ഒരു ദൃശ്യം മാത്രമാണ്. ഫുട്ടേജ്. 57 സെക്കൻഡിനോട് അടുക്കുമ്പോൾ കവല ലക്ഷ്യമാക്കി വരുന്ന ചാര നിറത്തിലുള്ള റെനോൾട്ട് ക്വിഡ് കാർ ദൃശ്യമാവുന്നു. അതു വരെ ഏറെക്കുറെ സ്റ്റെഡി ആയി കാണപ്പെടുന്ന ഫ്രെയിമുകൾക്ക് ചെറുചലനങ്ങൾ തുടങ്ങുന്നത് ഇവിടം മുതൽക്കാണ്. (ഹാൻഡ് ഹെൽഡ് ക്യാമറയാൽ പകർത്തപ്പെട്ടതാണ് ഇവ എന്ന് അനുമാനിക്കാം). കാറിൽ

നിന്നിറങ്ങുന്ന മുപ്പതിന് അടുത്ത് പ്രായം തോന്നിക്കുന്ന ചെറുപ്പക്കാരൻ (മുഖം വ്യക്തമല്ല) കവലയിലെ 'Zodiac dzn' എന്നെഴുതിയ സ്ഥാപനത്തെ ലാക്കാക്കി നടന്നു നീങ്ങുന്നു. (ക്യാമറ കൈകാര്യം ചെയ്യുന്ന വ്യക്തിയും ആ യുവാവിനെ പിൻതുടരുകയാണ് എന്ന് കരുതാം.) എന്തോ ചിന്തിച്ചിട്ട് എന്ന വണ്ണം (അതോ പിന്നിൽ നിന്ന് ആരോ വിളിച്ചതായി തോന്നിയിട്ടാണോ?) യുവാവ് കടയിലേക്കു കയറാതെ പിൻതിരിഞ്ഞു നോക്കുന്നു. ക്ലോസ് ഫ്രെയിമിലുള്ള യുവാവിന്റെ മുഖഭാവം പകർത്തിക്കൊണ്ട് വീഡിയോ ഫ്രീസ് ആവുന്നു.

ജീവിതത്തിൽ ഒരിക്കൽ പോലും കണ്ടിട്ടില്ല, എനിക്കു യതൊരു മുൻപരിചയവും ഇല്ലാത്ത ഈ യുവാവ് ആരാണ്? എന്തിനാണ് ഈ കൊറിയർ പുനർജ്ജനിയുടെ മേൽവിലാസത്തിൽ അയച്ചിരിക്കുന്നത്?

ഉത്തരത്തിനായി അധികം തിരയേണ്ടി വന്നില്ല. "ദാറ്റ്സ് ഹിം, എന്റെ സിദ്ധാർത്ഥ്..." ഉറക്കെ കരഞ്ഞുകൊണ്ട് റിയ എന്റെ ചുമലിലേക്കു മോഹാലസ്യപ്പെട്ടുവീണു.

അവളുടെ സുന്ദരമുഖത്തെ രക്തമെല്ലാം വാർന്നു പോയിരുന്നു.

2018 ജൂലായ് 2 ചൊവ്വ 9.25pm

ലണ്ടനിലെ ഉയർന്ന വിദ്യാഭ്യാസത്തിനുശേഷം കൊച്ചിയിലെ ഒരു മുൻ
കിട സ്വകാര്യ ആശുപത്രിയിൽ ജോലി ചെയ്തുവരവേ, പാലിയേറ്റീവ്
ആൻഡ് റീഹാബിലിറ്റേറ്റീവ് കെയറുമായി ബന്ധപ്പെട്ട് പ്രസ്തുത സ്ഥാപ
നത്തിന്റെ നേതൃത്വത്തിൽ നടത്തപ്പെട്ട ഒരു സ്റ്റേക്ക് ഹോൾഡേഴ്സ് മീറ്റി
ങ്ങിൽ വെച്ചാണ് ഡോ. അഭിലാഷ് കർത്തയെ ഞാൻ പരിചയപ്പെടുന്നത്.
തന്റെ ചികിത്സാരീതികളും ചിട്ടയും കോർപ്പറേറ്റ് എക്കോസിസ്റ്റത്തിന്റെ
ചട്ടക്കൂടിനനുസരിച്ച് ക്രമപ്പെടുത്തുവാൻ അദ്ദേഹം വല്ലാതെ
കഷ്ടപ്പെടുന്നുണ്ട് എന്ന് അന്നേ ബോധ്യപ്പെട്ടിരുന്നു. അവരുമായി ഒട്ടും
യോജിച്ചു പോകുവാൻ ആവില്ല എന്ന ഘട്ടമെത്തിയപ്പോൾ അദ്ദേഹം
വിളിച്ചത് എന്നെയായിരുന്നു. (ലോകമാകെ ഇത്രയും അഭ്യുദയ
കാംക്ഷികളുണ്ടായിട്ടും നേർത്ത സൗഹൃദം മാത്രം ഉണ്ടായിരുന്ന
എന്നെത്തന്നെ ബന്ധപ്പെടാനുള്ള കാരണം പിന്നീടൊരവസരത്തിൽ
സാറിനോടു ഞാൻ ചോദിക്കുകയുണ്ടായി. സ്നേഹത്തിൽ പൊതിഞ്ഞ
ഒരു ചിരിയായിരുന്നു മറുപടി). അന്ന് മുതൽ കഴിഞ്ഞ ഒൻപതു കൊല്ല
ങ്ങളായി അദ്ദേഹം പുനർജ്ജനിയിൽ ഉണ്ട്, ഞങ്ങളിൽ ഒരാളായി,
ഞങ്ങളുടെ വഴിവിളക്കായി...

"She is fine, a bit tired though" റിയ സൂസനെ പരിശോധിച്ചശേഷം
ഡോ. കർത്ത എന്നെ സമാധാനിപ്പിച്ചു.

"ഡോക്ടർ, അവളുടെ ബ്ലഡ് പാരാമീറ്റേഴ്സ് ഓക്കെ?" സി.ടി.യോ
മറ്റോ എടുക്കണോ...?"

റിയയുടെ ബ്ലാക്ക് ഔട്ടിനെപ്പറ്റി എന്റെ സന്ദേശം ലഭിച്ച്
പുനർജ്ജനിയിൽ എത്തിയ സുധാകറിന്റെ ചോദ്യത്തിൽ ആകാംക്ഷ
മുറ്റിനിന്നിരുന്നു.

"ഇപ്പോഴത്തെ സാഹചര്യത്തിൽ സ്കാൻ ഒന്നും ആവശ്യമാണെന്ന്
തോന്നുന്നില്ല. എന്തായാലും we will keep her in observation for a day.
കൂടുതൽ പരിശോധനയും ടെസ്റ്റുകളും അനിവാര്യമാണോയെന്ന് എന്നിട്ടു
തീരുമാനിക്കാം. Shall I leave then?"

"ശരി സർ, ദിനേശിനോട് വീട്ടിലാക്കാൻ പറയണോ?"

"വേണ്ട, ഞാൻ നടന്നു പൊയ്ക്കൊള്ളാം. ഇവിടെ അടുത്തു തന്നെ യല്ലേ."

സ്ഥാപനത്തിൽ നിന്നും ഒരു കിലോമീറ്റർ ദൂരെയുള്ള വീട്ടിലേക്കു അദ്ദേഹം നടന്നകലുമ്പോൾ ആ വലിയ മനുഷ്യനു മുന്നിൽ ലോകം എത്ര ചെറുതാണെന്നു തോന്നി.

ചിന്തകളിൽ നിന്നും എന്നെ ഉണർത്തിയത് സുധാകറിന്റെ ശബ്ദ മായിരുന്നു.

"So Alex, what do you think?"

"May be, she had a panic attack. ആ വീഡിയോ ക്ലിപ്പിങ്ങിൽ, നിനച്ചി രിക്കാതെ തന്റെ ഭർത്താവിനെ കണ്ടപ്പോൾ അവൾ ഒന്നു ഭയന്നിട്ടു ണ്ടാകണം. തന്റെ പ്രിയന് ഏതോ അത്യാപത്തു സംഭവിച്ചുവോ എന്നു അവൾ ചിന്തിച്ചിട്ടുണ്ടാകും..."

"but..." കയ്യിലിരുന്ന സിഗററ്റുകുറ്റി ചുരുട്ടിക്കൊണ്ട് സുധാകർ എന്തോ പറയുവാൻ ശ്രമിച്ചു.

"ആ കൊറിയർ ആരാണ് അയച്ചത് എന്നറിയാൻ വല്ല മാർഗ്ഗവും...? നിങ്ങൾ പത്രക്കാരുടെ പരിചയങ്ങൾ മുഖേന...?"

"ശ്രമിക്കാം. സാദ്ധ്യമായത് എല്ലാം ചെയ്യാം. ചെയ്യണം. ഇതു നാം ഒരുമിച്ച് ഏറ്റെടുത്തതാണ്. So,the onus is definitely on me too..."

Sfx courier: consignment number- 040618, പാഴ്സൽ വന്ന കാർഡ് ബോർഡ് പുറംചട്ടമേലുണ്ടായിരുന്ന കടലാസ്സ് കഷ്ണം കളയാതെ സൂക്ഷിച്ചത് അതിൽ നിന്ന് വല്ല 'ലീഡും' ലഭിക്കുമെന്ന പ്രതീക്ഷയിലായി രുന്നു. പേഴ്സിലെ അറയിൽ ഭദ്രമായി സൂക്ഷിച്ചിരുന്ന ആ സ്ലിപ്പ് പുറത്തെ ടുത്ത് ഒരാവർത്തികൂടി പരിശോധിച്ച് സുധാകറിനെ ഏൽപ്പിച്ചു. ചുണ്ടിനു മുകളിൽ കിളിർത്ത വിയർപ്പുകണങ്ങൾ തുടച്ചുമാറ്റിക്കൊണ്ട് അയാളത് ഏറ്റുവാങ്ങി.

"എസ്.എഫ്.എക്സ് കൊറിയർ - പ്രാദേശികമായി റോഡ്മാർഗ്ഗം പ്രവർത്തിക്കുന്ന, അംഗീകാരം ഉള്ളതും അല്ലാത്തതുമായ നൂറു കണക്കിനു പാഴ്സൽ ഏജൻസികൾ നമ്മുടെ നാട്ടിൽ ഇന്നുണ്ട്. കടലാസ്സു മുതൽ കഞ്ചാവുവരെ വ്യാപാരം ചെയ്യുന്നവ. കാര്യമായ സെക്യൂരിറ്റി പരിശോധനകളോ, കടലാസ്സു ജോലികളോ ആവശ്യമില്ല എന്നുള്ളതുകൊണ്ട് ഇവയ്ക്കൊക്കെ നിർലോഭം ഉപഭോക്താക്കളേയും കിട്ടുന്നു. പേർ കേട്ടിട്ട് എസ്എഫ് എക്സും അത്തരത്തിലുള്ള ഒന്നാവാ നാണ് സാധ്യത."

"ഇനി പ്രമുഖ ഏജൻസികളുടെ ഉപകേന്ദ്രങ്ങൾ വല്ലതും ആകുമോ...?"

"Possible, ലോജിസ്റ്റിക്സ് ഡെസ്ക്കുവഴി അന്വേഷിക്കാം. മധ്യകേരള ത്തിന്റെ മുഴുവൻ ചുമതല നമ്മുടെ ഓഫീസിലാണ്." ദാ, പറഞ്ഞു തീരുന്നതിനു മുൻപെ ആരെയോ മൊബൈലിൽ ഡയൽ ചെയ്തു കൊണ്ട് അവൻ വരാന്തയിലേക്കിറങ്ങി.

വിശപ്പ് കാര്യമായിത്തന്നെ അലട്ടിത്തുടങ്ങിയിരുന്നു. സമയം പത്തര കഴിഞ്ഞിരുന്നതിനാൽ സെൻട്രൽ മെസ്സിൽ നിന്ന് ഇനി ഒന്നും കിട്ടാൻ സാധ്യതയില്ല. രജനിയെ വിളിച്ചാൽ അവൾ എന്തെങ്കിലും മാർഗ്ഗം ഉണ്ടാക്കി ഭക്ഷണം എത്തിക്കും. പക്ഷേ കാലത്തു മുതലുള്ള അലച്ചിലിനു പുറമേ അവളെ ഇനിയും ബുദ്ധിമുട്ടിക്കുന്നത് ശരിയല്ലെന്നു തോന്നി. മൊബൈലിനെ ആശ്രയിക്കാം എന്നു കരുതി ആൻഡ്രോയിഡ് സ്ക്രീനിൽ വിരലമർത്തിയപ്പോഴാണ് മങ്ങിയ മുഖവുമായി സുധാകർ തിരിച്ചു വന്നത്.

"പാഴ്സൽ കമ്പനിയെപ്പറ്റി അന്വേഷിച്ചു അലക്സ്."

"ഇത്ര പെട്ടെന്നോ....?"

എനിക്കു ആശ്ചര്യം അടക്കാനായില്ല. "Perks of working with a national daily."

അഭിമാനം തുളുമ്പി നിൽക്കുന്നുണ്ടായിരുന്നു ഇതു പറയുമ്പോൾ അവന്റെ മുഖത്ത്.

"മധ്യകേരളത്തിലോ തെക്കോട്ട് 'SFX' എന്ന പേരിൽ സർവ്വീസ് നടത്തുന്ന ഒരു ലോജിസ്റ്റിക്ക് സ്ഥാപനവും ഇന്നു നിലവിലില്ല."

"ഉപകേന്ദ്രം...?"

"ഇല്ല..."

"ദാറ്റ് മീൻസ്...." എനിക്കു ചോദിക്കാതിരിക്കാൻ ആയില്ല. 'SFX' എന്ന കൊറിയർ കമ്പനി വ്യാജമാണ്..."

പുതിയ ടിസ്റ്റ്നെ പ്രൊസസ്സ് ചെയ്യാൻ ആവാതെ എന്റെ 'ടെമ്പോരൽ ലോബ്' ഒന്ന് കുഴങ്ങി. എന്നോട് ഐക്യദാർഡ്യം പ്രഖ്യാപിച്ചെന്നോണം മാനത്ത് മഴയുടെ വരവറിയിച്ചു മിന്നൽ പ്രകാശം ചൊരിഞ്ഞു.

നിർവ്വികാരമുഖത്തോടെ സുഹൃത്ത് തുടർന്നു. "But we have a clue!" അദ്ഭുതം വിടർന്ന നയനങ്ങളോടെ ഞാൻ അയാൾക്കു നേരെ തിരിഞ്ഞു. തന്റെ കണ്ണട ശരിപ്പെടുത്തി ഒരിക്കൽകൂടി തന്റെ പക്കലുണ്ടായിരുന്ന കൊറിയർ സ്ലിപ്പിലേക്കു കണ്ണോടിച്ചുകൊണ്ട് സുധാകർ ആ കടലാസ്സു തുണ്ട് എനിക്കു നേരെ നീട്ടി.

"ഇത്...?"

ചുവന്ന വൃത്തത്തിനുള്ളിൽ രേഖപ്പെടുത്തിയിരുന്ന, അഷ്ടാവക്ര

ആകാരികളായ അക്ഷരങ്ങൾ എന്നെ നോക്കി പരിഹസിക്കുന്നതായി തോന്നി.

"SFX Courier: Consignment Number : 040618"

"ആ വാക്കുകൾ എന്താണെന്നു മനസ്സിലായോ....?"

വ്യാജ കൊറിയർ കമ്പനി നൽകിയ അയഥാർത്ഥ സൂചനാനമ്പറി നെപ്പറ്റി ചിന്തിച്ചു സമയം പാഴാക്കുന്നതിലെ വിഡ്ഢിത്തം തിരിച്ചറിയാനാ കാഞ്ഞതുകൊണ്ട് നിഷേധാർത്ഥത്തിൽ ഞാൻ ശിരസ്സനക്കി.

"ആ നമ്പറുകൾ നാം കരുതിയതുപോലെ കേവലം സൂചന അക്കങ്ങളല്ല, അത് ഒരു തീയതിയാണ്. ജൂൺ 4, 2018 ആ ദിവസം.... അന്നാണ് പാലി ഹിൽ അപകടം ഉണ്ടായത്..."

"ഈ പാഴ്സൽ, ഇത് ആര് അയച്ചതാണ്...?" ഇത് എങ്ങനെയാണ് ഇവിടെ എത്തിച്ചത്?"

ആകാംക്ഷയോടെ സുധാകർ ചോദിച്ചു.

"അറിയില്ല.... പക്ഷേ ഇപ്പോൾ ഒന്നുറപ്പുണ്ട്. സിദ്ധാർത്ഥ് – റിയ ദമ്പതികളുടെ കഥയിലെ ദുരൂഹത മറ നീക്കിപുറത്തു വരണമെങ്കിൽ ഈ അന്വേഷണം, ഇത് നാം തുടങ്ങേണ്ടിയിരുന്നത് റിയയിൽ നിന്നല്ല. We should start everything from there, Pali Hill. ഈ സമസ്യയുടെ ഉത്തരങ്ങൾ അവിടെയാണ്."

തികഞ്ഞ നിസ്സംഗതയോടെയാണ് അയാൾ അത് പറഞ്ഞത് എങ്കിലും ആ വാക്കുകളുടെ ആഴം വളരെ വലുതായിരുന്നു. അതായി രുന്നു റിയയുടെ അസ്തിത്വം തേടിയുള്ള ഞങ്ങളുടെ യാത്രയുടെ തുടക്കവും.

2018 ജുലായ് 3 ബുധൻ 5.25pm

പാലി ഹിൽ! മൂവാറ്റുപുഴയ്ക്ക് കിഴക്കായി കട്ടപ്പന മലയോര പാതയിൽ വണ്ണപ്പുറത്തിനു ഏതാണ്ട് പതിനാറു കിലോമീറ്റർ അപ്പുറമുള്ള ഹെയർ പിൻ ബെൻഡ്. സാധാരണഗതിയിൽ അധികം വാഹനസഞ്ചാരമുള്ള മേഖലയല്ല. റൂട്ട് പ്രധാനമായും ഉപയോഗിക്കുന്നത് കേരളത്തിൽ നിന്നും കമ്പം, തേനി വഴി സർവ്വീസ് നടത്തുന്ന ചില അന്തർസംസ്ഥാന ലക്ഷുറി ബസുകാരാണ്. പാലിഹില്ലിൽ നിന്നും അരമണിക്കൂർ സഞ്ചരി ച്ചാൽ എത്തിച്ചേരുന്ന പൂപ്പരുത്തിപ്പാറ എന്ന പോയിന്റിൽ നിന്നും കമ്പ ത്തേക്ക് ഒരു കുറുക്കുവഴിയുണ്ട്. ബ്രിട്ടീഷ് ഭരണകാലത്ത് വാണിജ്യ പരമായ ആവശ്യങ്ങൾക്കായി കാടു വെട്ടിത്തെളിച്ച് നിർമ്മിച്ച ഈ പാതയിലൂടെ നാല്പത്തിയഞ്ചു മിനിറ്റുകൊണ്ട് കമ്പത്തെത്താം. വീതി കുറഞ്ഞതും അല്പം വളവു തിരിവുകൾ കൂടുതലുള്ളതുമായ റോഡ് തദ്ദേശീയർക്കും പതിവുകാർക്കുമല്ലാതെ അധികം പേർക്ക് അറിവുള്ളതുമല്ല. 'റിയ' കേസ്സിന്റെ ചുരുളഴിക്കുവാനുള്ള ഈ യാത്രയിൽ എന്നോടൊപ്പമുള്ളത് സുധാകരാണ്.

റിയ എന്റെ രോഗി ആയിരുന്നില്ലെങ്കിൽ, പുനർജ്ജനിയിൽ എത്തി പ്പെട്ടില്ലായിരുന്നുവെങ്കിൽ ഈ ദൗത്യം ഞാൻ ഏറ്റെടുക്കുമായിരുന്നോ? അറിയില്ല ഞാൻ കുറ്റന്വേഷകനോ, പൊലീസ് ഉദ്യോഗസ്ഥനോ, സിനിമാക്കഥകളിലെ 'സൂപ്പർ ഹീറോ'യോ അല്ല. തെളിയാത്ത പ്രഹേളികകളുടെ പുറകെ പോയി, സമാന്തര അന്വേഷണത്തിലൂടെ സത്യം കണ്ടെത്തേണ്ട ബാധ്യതയും എനിക്കില്ല.

പുനർജ്ജനിയിൽ അഭയം തേടിയെത്തിയ അവളുടെ ഭൂതകാല ത്തിന്റെ നിഴൽ, ഭാവിയേയും വർത്തമാനത്തേയും അപായപ്പെടുത്താതിരി ക്കുവാനുള്ള, അതിനിടവരാതെ കാക്കേണ്ട കരുതൽ എന്റെ ചുമതല യാണെന്ന് വിശ്വസിക്കുന്നു, പ്രാർത്ഥിക്കുന്നു. ആ വീഡിയോ ശകലത്തിൽ നിന്ന് ഒന്ന് തീർച്ചയാണ്... തിന്മ നിഴൽ പോലെ റിയയേയും സിദ്ധാർത്ഥി നേയും പിൻതുടരുന്നു. എന്തായിരിക്കും ആ അജ്ഞാതമനുഷ്യന്റെ ലക്ഷ്യം? വഴിയോരക്കാഴ്ചകൾ വിജനമായിരുന്നു. ഒരു തെമ്പോത്ത് റോഡിന് കുറുകെ ചാടി പറന്നുപോയി. എവിടെയോ ഒരു അത്യാഹിതം

പതുങ്ങിയിരിപ്പുണ്ടെന്ന് തോന്നി. പ്രഭാതമായിരുന്നിട്ടും ഇരുട്ട് മൂടിക്കെട്ടിയ അന്തരീക്ഷം.

"എന്താണെടോ ഇത്ര വലിയ ആലോചന? നിങ്ങള് ഡിറ്റക്ടീവ് മോഡിൽക്കേറി സീരിയസ്സായതാ?" കൂട്ടുകാരന്റെ ശബ്ദം ചിന്തയിൽ നിന്നുണർത്തി.

"ഹേയ്... ഇനിയും കുറേ ദൂരമുണ്ടോ....?"

"ഇല്ല, പക്ഷേ സ്ട്രെയിറ്റ് റോഡല്ലല്ലോ, അതിന്റെ താമസം ഉണ്ടാവും" സുധാകറിനു വാചകം പൂർത്തിയാക്കാൻ ആവുന്നതിനു മുൻപേ ഒരു ടൂറിസ്റ്റ് ബസ്സ് കുത്തനെയുള്ള വളവു തിരിഞ്ഞ്, കാതടപ്പിക്കുന്ന ശബ്ദ ത്തോടെ ഞങ്ങൾ സഞ്ചരിച്ച കാറിനു അഭിമുഖമായി വന്നു. വൈദ്യുത പ്രവാഹം ഏറ്റെന്നപോലെ അവൻ സ്റ്റിയറിങ്ങ് ദ്രുതഗതിയിൽ എതിർ ദിശയിലേക്ക് വെട്ടിച്ചു. എല്ലാം അവസാനിച്ചു എന്നു തന്നെ ഞാൻ കരുതി. ബാല്യകാലം മുതൽ ഇതുവരെയുള്ള ജീവിതത്തിലെ എല്ലാ പ്രധാന സംഭവങ്ങളും ഒരു ലഘുചിത്രം പോലെ എന്റെ ബോധമണ്ഡലത്തിലൂടെ കടന്നുപോയി. ഞങ്ങളുടെ കാർ പ്രധാനപാതയിൽ നിന്നും തെന്നിമാറി, ഹൈവേ അതോറിറ്റി സ്ഥാപിച്ചിരുന്നു കലുങ്കിൽ ഇടിച്ചു നിന്നു. ജനാല യിലൂടെ താഴേക്കു നോക്കുവാനുമുള്ള മനക്കരുത്ത് എനിക്കുണ്ടാ യിരുന്നില്ല. ജീവിതത്തിന്റെ വരവിൽ നിന്ന് മരണത്തിന്റെ ആഴങ്ങളി ലേക്കുള്ള ദൂരം ഞങ്ങളെ താങ്ങി നിറുത്തിയ ആ കലുങ്കിൽ രേഖപ്പെടു ത്തിയിട്ടുണ്ടെന്ന് ആരും പറയാതെ തന്നെ അറിയാമായിരുന്നു.

"പേടിച്ചോ?"

ഭയം മറച്ചുപിടിക്കാൻ നന്നേ പണിപ്പെടുന്നുണ്ടായിരുന്നുവെങ്കിലും സുധാകറിന്റെ സ്വരം ഇടറിയിരുന്നില്ല. അപകടം കാരണമായ ബസ്സ് അതിവേഗത്തിൽ പാഞ്ഞുപോവുന്നത് റിയർവ്യൂമിറ്റിലൂടെ ദൃശ്യമായി രുന്നു.

"ദൈവത്തിനു നന്ദി, ഒന്നും സംഭവിച്ചില്ലല്ലോ."

സ്വയം സമാശ്വസിച്ചു കൊണ്ട് സുധാകർ വാഹനം മുന്നോട്ടെടുക്കു വാനുള്ള ഗിയറിട്ടു.

അരമണിക്കൂറിനു ശേഷം ഞങ്ങൾ എത്തിച്ചേർന്നത് താഴ്വരയിലുള്ള ആർ.കെ. റസ്റ്റോറന്റിനു മുന്നിലാണ്. പാലിഹിൽ വഴി പോകുന്ന എല്ലാ ലക്ഷ്വറി, അന്തർ-സംസ്ഥാന ബസ്സുകളും യാത്രക്കാർക്കു ഭക്ഷണം കഴി ക്കുവാൻ കയറുന്ന, റിയയും ഭർത്താവും യാത്ര ചെയ്തു എന്നു പറയപ്പെടുന്ന ബസ്സും അന്നേ ദിവസവും അവിടെ നിർത്തിയിരുന്നു.

സമയം എട്ടുമണിയോട് അടുക്കുന്നതേ ഉണ്ടായിരുന്നുള്ളൂ. ആർ.കെ. റസ്റ്റോറന്റിൽ അതുകൊണ്ടു തന്നെ തിരക്കും കുറവായിരുന്നു. ഹോട്ടലിനു മുന്നിലെ ടാർ പതിച്ച വിശാലമായ പാർക്കിങ് ഏരിയ ഏറെക്കുറെ ശൂന്യം. ഞങ്ങൾ ഇരുവരും കാറിൽ നിന്നിറങ്ങി ഡൈനിങ്

റൂമിലേക്ക് കടന്ന് ഇരുപ്പുറപ്പിച്ചു. ഇരുപതിനടുത്ത് പ്രായം വരുന്ന കുറിയ മനുഷ്യൻ ഞങ്ങളെക്കണ്ട് അരികിലേക്കു വന്ന് തമിഴ് കലർന്ന മലയാളത്തിൽ അന്വേഷിച്ചു.

"എന്നാ വേണം ഉങ്കൾക്ക്...?"

"എന്നായിറുക്ക് കഴിക്കാൻ...?" മലയാളികളുടെ മാനം കളയരുതല്ലോ. ഞാനും തട്ടിവിട്ടു മുറിത്തമിഴ്.

"പുട്ട് എടുക്കട്ടുമാ...?"

സന്തോഷത്തോടെ സമ്മതം അറിയിച്ചു. യഥാർത്ഥത്തിൽ, എന്തു കിട്ടിയാലും ഭക്ഷിക്കാൻ തയ്യാറായ മാനസികാവസ്ഥയിലായിരുന്നു സുധാകറും ഞാനും. കാലത്ത് പുറപ്പെട്ട ശേഷം ഒന്നും ആഹരിച്ചി രുന്നില്ല, ഞങ്ങൾ.

നാടൻപുട്ടും അകമ്പടിയായി ആവിയൂറുന്ന കടലക്കറിയും കഴിച്ചു കൈ കഴുകുമ്പോഴേക്കും ഏതോ സിനിമയിൽ ആരോ പറയുന്നതു പോലെ, 'വയറും മനസ്സും' നിറഞ്ഞിരുന്നു.

"അറുപത്തി രണ്ടു രൂപ..." ബില്ലിംഗ് കൗണ്ടറിൽ ഇരുന്ന വയോധി കൻ മാത്രമായിരുന്നു ആ കടയിലെ മലയാളിയായ തൊഴിലാളി.

"നിങ്ങൾക്കു കാറ്ററിംഗ് ഉണ്ടോ?"

"ഉണ്ടല്ലോ സാറേ, ഞങ്ങടെ ഭക്ഷണം ഇഷ്ടപ്പെട്ടോ...?"

"അതുകൊണ്ടാണല്ലോ ചോദിച്ചത്.. എങ്ങനാ കൊച്ചി വരെയൊക്കെ കൊണ്ടെത്തരുവോ...?"

"ഞങ്ങക്ക് തൃശ്ശൂരിന്നൊക്ക ഓർഡറ് വരാറുണ്ട്." വൃദ്ധന്റെ മുഖം അഭിമാനത്താൽ തുടുത്തു.

"സാറന്മാര് എവിടന്നാ... കൊച്ചിയാ...?"

"ആ... അടുത്തായിട്ടു വരും. കടയുടെ നമ്പറോ, ബ്രോഷറോ വല്ലതും കിട്ടുമോ? ആവശ്യം ഉള്ളപ്പോൾ വിളിക്കണമല്ലോ..."

"അതിനെന്താ സാറേ... ഒരു നിമിഷം..." കൗണ്ടറിലെ മേശവലിപ്പിൽ കയ്യിട്ട് രണ്ടു മൂന്നു മിനിറ്റു നീണ്ടു നിന്ന ഭ്രാന്തൻ തിരച്ചിലിനു ഒടുവിൽ, ഹോട്ടലിന്റെ ലോഗോ പതിപ്പിച്ച, നിറം മങ്ങിയ വിസിറ്റിംഗ് കാർഡ് വീണ്ടെടുത്ത് അന്താരാഷ്ട്ര പ്രാധാന്യമുള്ള ആണവരഹസ്യങ്ങളുടെ രേഖകൾ കൈമാറുന്ന അവധാനതയോടെ എനിക്കു നൽകി.

RK CATERERS AND RESTAURANT

MARAVANMEDU

PHONE: 2457821

"വളരെ ഉപകാരം ചേട്ടാ..." വിസിറ്റിംഗ് കാർഡ് വാങ്ങി കീശയി ലേക്കിട്ട് കുശലം ചോദിക്കുന്ന ലാഘവത്തോടെ ചോദിച്ചു.

"ചേട്ടാ, ഇവിടെ അടുത്തെവിടെയോ കുറേപ്പേർ മരിച്ച് ഒരു ബസ്സ് ആക്സിഡന്റ് നടന്നില്ലേ...? പേപ്പറിലോ മറ്റോ കണ്ടതായി ഓരോർമ്മ..."

"അതങ്ങ് പാലിഹില്ലിലായിരുന്നു സാറേ, ഇവിടന്നു വല്യ ദൂരമില്ല..." അയാൾ വിഷാദസ്വരത്തിൽ പറഞ്ഞു.

"പക്ഷേ ഞങ്ങളാ പൊലീസിൽ അറിയിച്ചേ. വിവരം കിട്ടിയ ഉടൻ രക്ഷാപ്രവർത്തനങ്ങളൊക്കെ ചെയ്തതും നമ്മുടെ സ്റ്റാഫാ, ദാ അവനെക്കണ്ടോ?"

ചുമന്ന ടീഷർട്ടുമായി അടുക്കളഭാഗത്തേക്കു നടക്കുകയായിരുന്ന തങ്കത്തമിഴനെച്ചൂണ്ടിക്കാട്ടി വൃദ്ധൻ തുടർന്നു: "അവനാ രാമദുരൈ. പത്രത്തിലൊക്കെ പടം വന്നാരുന്നു, അപകടം കഴിഞ്ഞ വണ്ടി പൊളിച്ച് ആളോളെ പൊറത്തെടുക്കാൻ മുന്നിലൊണ്ടാരുന്നു..."

കൗണ്ടറിനു പുറകിലെ ഭിത്തിയിൽ ഒട്ടിച്ചിരുന്ന അരികു കീറിത്തുടങ്ങിയ പത്രവാർത്തയുടെ കട്ടിംഗ് അപ്പോഴാണ് ശ്രദ്ധയിൽപ്പെട്ടത്. 'അത്യാഹിതത്തിലും നന്മയുടെ കൈത്താങ്ങായി ഹോട്ടൽ തൊഴിലാളി' എന്നുള്ള തലക്കെട്ടിനടിയിൽ ചിരിച്ചു നിൽക്കുന്ന രാമദുരൈയുടെ ബ്ലാക്ക് & വൈറ്റ് ചിത്രം.

"തമ്പീ ഇങ്കവാങ്കോ, സാറന്മാർക്ക് ഉന്നെ പാക്കറുതുക്ക്"

ആവേശത്തോടെ അവൻ ഞങ്ങൾക്കരികിലേക്കു വന്നു. കണ്ണുകൾ കൊണ്ട് ഞാൻ സുധാകറിന് ആംഗ്യം നൽകി. രാമദുരൈയുടെ പോക്കറ്റിലേക്ക് അഞ്ഞൂറുരൂപയുടെ നോട്ട് നിക്ഷേപിച്ച് അഭിനന്ദിച്ചു. "ഉനക്ക് നല്ലതു വരും." പാരിതോഷികം സ്നേഹപൂർവ്വം നിരസിക്കാൻ അവൻ ശ്രമിച്ചെങ്കിലും ഞങ്ങളുടെ പ്രവർത്തി നന്നായി ഇഷ്ടപ്പെട്ടുവെന്ന് ആ മുഖം വിളിച്ചോതുന്നുണ്ടായിരുന്നു.

"അന്നേ നാളില് ഉങ്കൾക്ക്..."

"മലയാളത്തില് പേശുങ്കോ സാർ, എനിക്ക് മലയാളം മനസ്സിലാകും.." എന്റെ തമിഴാളം അരോചകമായിരുന്നിരിക്കണം അവന്.

"അന്ന് ബസ്സ് മറിഞ്ഞ അന്ന് ആ വിവരം നീ എപ്പോഴാ അറിഞ്ഞേ...?"

"സമയം കൃത്യമായി തെരിയാത് സാർ, രാത്രിയില് ഒരു പതിനൊന്നു മണിയൊക്കെ മുടിഞ്ഞിരിക്കും. ആക്സിഡന്റ് ക്ക് അപ്പുറം അങ്ക വഴി വന്ന വണ്ടിക്കാര് ഇങ്ക വന്നു വിവരം സൊല്ലിയത്. പാലി ഹില്ല് പക്കത്തില് ആരും താമസം ഇലാത്. കേട്ട ഉടൻ ഞാനും നാല് നൻപരും കടയിലെ ജീപ്പെടുത്ത് അങ്ങോട്ടുപോയി. അവിടെ പാത്തത് സാറെ..." അപകട ത്തിന്റെ ഭീകരത അവനെ ഇപ്പോഴും വേട്ടയാടുന്നതായി തോന്നി.

"ശരി അപ്പോ ഞങ്ങളു പോട്ടെ. എത്താനുള്ള സ്ഥലത്ത് അവർ കാത്തുനിൽക്കുകയായിരിക്കും." നിർദ്ദോഷമായ കള്ളം പറഞ്ഞ് വൃദ്ധ നോടും ദുരൈയോടും യാത്ര ചൊല്ലി ഞങ്ങൾ അവിടെ നിന്ന് അടുത്ത ലക്ഷ്യത്തിലേക്കു പുറപ്പെട്ടു.

കടക്കാരൻ പറഞ്ഞതുപോലെ പത്തുമിനിറ്റിൽ താഴെയേ വേണ്ടി വന്നുള്ളൂ, ഞങ്ങൾക്ക് പാലിഹിൽ ഹെയർ പിൻ ബെൻസിലെത്താൻ. ഇരുവശവും അഗാധഗർത്തങ്ങളാൽ വലയപ്പെട്ടിരിക്കുന്ന, കിഴക്കാം തൂക്കായി നിലകൊള്ളുന്ന മലനിരകളെ ചുറ്റിപ്പിണഞ്ഞുകിടക്കുന്ന ചെങ്കുത്തായ വളവ്. റോഡിന്റെ വലതുവശം മുഴുവൻ വാഹനങ്ങളുടെ സുരക്ഷ ഉറപ്പുവരുത്തുന്നതിനായി ഇരുമ്പു കൈവരികൾ കെട്ടി ഉയർത്തിയിട്ടുണ്ട്. മൂന്നാഴ്ചയ്ക്കു മുൻപു നടന്ന അത്യാഹിതത്തിന്റെ ആഘാതത്തിൽ ആയിരുന്നിരിക്കണം, അതിന്റെ ഒരു ഭാഗം തകർന്നു പോയിട്ടുണ്ട്. ആക്സിഡന്റ് സ്പോട്ടിലെ സന്ദർശനത്തിൽ നിന്നു എന്താണു ഞങ്ങൾ കണ്ടെത്തുവാൻ ശ്രമിക്കുന്നത് എന്നതിനൊരു രൂപവും അവിടെയെത്തുമ്പോഴും എനിക്കില്ലായിരുന്നു. ആഴ്ചകൾക്കു മുൻപ് നടന്ന സംഭവത്തെ സംബന്ധിച്ച എന്തെങ്കിലും നിർണ്ണായക വിവരങ്ങളോ, വസ്തുക്കളോ എന്റെ വരവും കാത്ത്, കരിമണ്ണിൻ പുതപ്പുപറ്റി കിടക്കുന്നുണ്ടാവും എന്ന വ്യാമോഹം വെച്ചു പുലർത്തുവാൻ മാത്രം മഠയരുമായിരുന്നില്ല ഞങ്ങളിരുവരും.

"സുധാകർ, ഇവിടെയൊന്നു ഒതുക്കു; നമുക്കൊന്നിറങ്ങി നോക്കാം" തീരുമാനത്തോടു യോജിക്കുന്നു എന്ന മട്ടിൽ തലയാട്ടിക്കൊണ്ട് നിരത്തോടു ചേർത്ത് കാർ നിറുത്തി, തൂവാലകൊണ്ട് മുഖം തുടച്ച് അവനും എനിക്കൊപ്പം വാഹനത്തിൽ നിന്നിറങ്ങി.

പൊളിഞ്ഞുവീണ ലോഹഫെൻസിന്റെ ഭാഗത്തേക്കാണ് നടന്നു നീങ്ങിയത്. കാറ്റിന് പരിചിതമല്ലാത്തൊരു ഗന്ധമായിരുന്നു. സമുദ്ര നിരപ്പിൽ നിന്നും ആയിരത്തി അഞ്ഞൂറ് അടിയിൽപ്പരം ഉയരത്തിലുള്ള പാലിഹില്ലിൽ നിന്നുള്ള കാഴ്ച അതിമനോഹരമായിരുന്നു. താഴ്‌വര യിലെ പച്ചപ്പും അങ്ങിങ്ങായി കൂനനുറുമ്പു നിരയിട്ടതുപോലെ കാണുന്ന പുല്ലുമേഞ്ഞ ചെറുകുടിലുകളും ഈ പ്രദേശത്തിന്റെ ദൃശ്യചാരുതയ്ക്കു മാറ്റു കൂട്ടുന്നു. ഈ സ്ഥലത്തിന് ആഗ്ലിക്കൻ പേരു വരുവാനുള്ള കാരണമെന്തെന്നതിനു മറുപടിയായി സുധാകർ പറഞ്ഞത് രസകരമായ കഥയാണ്.

ബ്രിട്ടീഷ് ഭരണകാലത്ത് ഈ ഭാഗം മുഴുവൻ നിബിഡ വനമേഖല യായിരുന്നുവത്രേ. അന്നത്തെ ഭരണാധികാരിയായിരുന്ന ഹാർഡിംഗ് രണ്ടാമൻ പ്രഭു കുന്നിന്റെ മുകളിൽ അവധിക്കാല വസതി പണികഴിച്ച പ്പോൾ പൗളീഷ എന്ന് പേരുള്ള തന്റെ കാമുകിയുടെ നാമമാണ് ആ ബംഗ്ലാവിനു നൽകിയത്. ബംഗ്ലാവിന്റെ മേൽവിലാസമായിരുന്ന 'പൗളീഷ് ഹിൽ' ലോപിച്ച് 'പാലി ഹിൽ' ആയതാണത്രേ. ഏതായാലും ഒരു മണിക്കൂറിലധികം സമയം ചെലവിട്ടിട്ടും അന്വേഷണത്തിന് സഹായക മാവുന്ന യാതൊന്നും ലഭിക്കാത്തതുകൊണ്ട് തിരികെപ്പോകുവാൻ ആലോചിക്കുമ്പോഴാണ് കൈവരിയിൽ നിന്നു അധികം ദൂരെയല്ലാതെ റോഡിൽ രേഖപ്പെടുത്തിയിരുന്ന മാഞ്ഞു തുടങ്ങിയ അടയാളം ചൂണ്ടിക്കാട്ടി സുധാകർ കൈയുയർത്തിയത്.

"അവിടെ വെച്ചാണ് ബസ്സ് മറിഞ്ഞത്..."

"ശരിക്കും എന്താണ് സംഭവിച്ചത്?" കാൽവിരലുകളിൽ തറച്ച ചെരുമുള്ള് ഊരിമാറ്റി ഞാൻ ചോദിച്ചു.

"ഫോറൻസിക് റിപ്പോർട്ട് പ്രകാരം ബസ്സ് അമിത വേഗത്തിലായി രുന്നു. ചെറുചാറ്റൽ മഴയും ഉണ്ടായിരുന്നതിനാൽ ഡ്രൈവറുടെ നിയ ന്ത്രണം നഷ്ടപ്പെട്ട് അപകടത്തിൽ കലാശിച്ചു എന്നാണ് പ്രാഥമിക നിഗ മനം."

സുധാകറിന്റെ പ്രസ്താവന എന്നിൽ മറ്റൊരു ചിന്തയ്ക്കാണ് തിരി കൊളുത്തിയത്. I always had the feeling that something was a miss in this.

"റിയയുടെ മെഡിക്കൽ റിപ്പോർട്ടുകൾ ഞാൻ വായിച്ചിരുന്നു. അതിന്റെ പകർപ്പുകൾ അന്ന് നീ തന്നിരുന്നല്ലോ"

"അതെ, അതിൽ...?" ഞാൻ എന്താണു പറഞ്ഞു വരുന്നത് എന്ന മനസ്സിലാക്കാനെന്നോണം സുധാകർ കാതു കൂർപ്പിച്ചു.

ജീൻസിന്റെ പോക്കറ്റിലുണ്ടായിരുന്ന എന്റെ മൊബൈൽ ശബ്ദിച്ചു. അത് അവഗണിച്ചുകൊണ്ട് തോളത്തു തൂങ്ങിയിരുന്ന ബാഗിൽ ഉണ്ടായിരുന്ന റിയയുടെ വൂണ്ട് സർട്ടിഫിക്കറ്റിന്റെ കോപ്പി സുധാകറിനു നൽകി ഞാൻ തുടർന്നു.

"അവളുടെ ശരീരത്തിൽ കാണപ്പെട്ട മുറിവുകളിൽ ഏറിയ പങ്കും ഡോർസൽ ആസ്പെക്ടിൽ ആണെന്നാണ് ഇതിൽ എഴുതിയിരിക്കുന്നത്. അതിൽത്തന്നെ ഏറ്റവും പ്രധാനപ്പെട്ടത് അംശഫലകത്തിൽ നിന്നും മൂന്നു സെന്റിമീറ്റർ താഴെയായി പ്രകടമായി രണ്ട് മുറിവുകളും നെറ്റിക്കു കീഴെയായി ഏറ്റ ഒന്നിൽ കൂടുതൽ ലീനിയർ അബ്രേഷൻസും ആണ്..." എന്റെ വിശദീകരണം സസൂക്ഷ്മം പിൻതുടർന്നു കൊണ്ടിരുന്ന സുധാ കർ ഞാൻ കൈമാറിയ റിപ്പോർട്ടുകളിലൂടെയും കണ്ണോടിക്കുന്നുണ്ടാ യിരുന്നു. അയാൾക്കു ആദ്യമുണ്ടായിരുന്ന ലാഘവപൂർണ്ണമായ മുഖഭാവം പാടേ ഒഴിഞ്ഞു പോയിരുന്നതും ഞാൻ തിരിച്ചറിഞ്ഞു. വദനമുയർത്തി താടിരോമങ്ങളിൽ മെല്ലെ തലോടിക്കൊണ്ട് എന്നോടു ചൊല്ലി.

"ഇത് നമുക്ക് അറിയുന്നതല്ലേ, ഞാൻ തന്നെയല്ലേ അന്ന് പുനർ ജ്ജനിയിലിത്തിച്ചത്? ഇതിലിപ്പോ പുതുതായി എന്താണുള്ളത്?"

സുധാകറിന്റെ ഈ സംശയം മുന്നിൽക്കണ്ടിരുന്നതുകൊണ്ടുതന്നെ ആവശ്യമായ മുന്നൊരുക്കങ്ങളും ഞാൻ നടത്തിയിരുന്നു.

"എടോ, എനിക്കു ഒരു കടലാസ്സ് തരാമോ...?" കൈയിൽ ഉണ്ടായി രുന്ന ലെറ്റർപാഡിൽ നിന്നും പേജ് അടർത്തിമാറ്റി എന്റെ നേരെ നീട്ടിക്കൊണ്ടാണ് അയാൾ ആ ചോദ്യത്തിനു പ്രതികരിച്ചത്. നിമിഷ ങ്ങൾക്കകം എന്റെ മനോവിചാരം അതിലേക്കു പകർത്തിയിട്ട് ഞാൻ അതയാൾക്കു തന്നെ മടക്കി നൽകി.

"എന്താണിത്....?" അവന്റെ കണ്ണുകൾ വിസ്മയം കൊണ്ട് വിടർന്നി രുന്നു.

"വൂണ്ട് സർട്ടിഫിക്കറ്റിലെ വിവരങ്ങൾ വെച്ച്, റിയയുടെ ദേഹത്തു ണ്ടായിരുന്ന, തോളെല്ലിനു താഴെയായുള്ള പ്രധാന മുറിവുകൾ ഏകദേശം ഇങ്ങനെയായിരുന്നു. അതിന്റെ ചിത്രമാണ് ഞാൻ നിനക്കു വരച്ചു തന്നത്. എന്റെ അനുമാനം ശരിയാണെങ്കിൽ, there is something more to it.

'ZO' ഇംഗ്ലീഷ് അക്ഷരമാലയിലെ രണ്ടു പദങ്ങൾ,

'z' and 'o' കൂട്ടിവായിക്കുകയാണെങ്കിൽ 'zo' ബ്ലൻട് ആയ ഒരു ആയുധമോ മൂർച്ചയേറിയ ഏതെങ്കിലും ആയുധത്തിന്റെ പിൻവശം കൊണ്ടോ ഏൽപ്പിക്കപ്പെട്ടിരിക്കുന്ന ഈ മുറിവ് യാദൃച്ഛികമാണെന്നു ഞാൻ വിശ്വസിക്കുന്നില്ല... മറ്റൊന്നു കൂടിയുണ്ട്." വാക്കുകളുടെ ഭാരം ചിന്തകളെ ഗ്രസിക്കുന്നത് ഞാൻ അറിയുന്നുണ്ടായിരുന്നു.

"What is it Alex?"

"ഇത്തരത്തിലുള്ള ഒരു റോഡപകടത്തിൽ പരുക്കേറ്റ യാത്രക്കാ രനോ/യാത്രക്കാരിക്കോ ഉണ്ടാകാൻ ഏറ്റവും സാധ്യതയുള്ള ക്രഷ് ഇഞ്ചുറി(Crush Injury)യുടെ യാതൊരു ലക്ഷണങ്ങളും അവളുടെ ശരീരത്തിലില്ല. അപകടത്തിൽ മരണമടഞ്ഞ 29 പേരിൽ ഭൂരിഭാഗം പേരുടേയും ബോഡികൾ ക്രഷ് ഇഞ്ചുറിയാൽ തിരിച്ചറിയാൻ പോലും ആകാത്ത വണ്ണം വികൃതമായിപ്പോയിട്ടുണ്ട്. Which indeed is quite baf-fling! റിയയെ മാരകമായി പരിക്കേൽപ്പിച്ചു അബോധാവസ്ഥയിലാക്കിയ ശേഷം അക്രമികൾ ബസ്സ് അപകടസ്ഥലത്തെത്തിച്ചു വിദഗ്ധമായി കടന്നു കളഞ്ഞു എന്നുള്ള തിയറിയെ സാധൂകരിക്കുന്നു ഇതെല്ലാം......" ഞാൻ പറഞ്ഞവസാനിപ്പിച്ചു.

"ബട്ട്... ആര്...? സിദ്ധാർത്ഥിന് എന്താണ് സംഭവിച്ചത്?"

സുധാകറിന്റെ ചോദ്യങ്ങൾക്ക് എന്റെ പക്കൽ ഉത്തരമില്ലായിരുന്നു. പടിഞ്ഞാറു നിന്ന് വീശിയടിച്ച ഇളംകാറ്റിന് മരണത്തിന്റെ ശാന്തത യായിരുന്നു. രാത്രിയുടെ ആഗമനം വിളംബരം ചെയ്തുകൊണ്ട് സൂര്യൻ പടിഞ്ഞാറ് അസ്തമിക്കാൻ തുടങ്ങിയിരുന്നു. തിരിച്ചുപോകാൻ തന്നെ ഞങ്ങൾ തീരുമാനിച്ചു. തിരികെ കൊച്ചിയിലെത്താൻ വൈകും എന്നു വീട്ടിലേക്കു വിളിച്ചറിയിക്കാനായി ഫോണിൽ വിരലമർത്തിയ സുധാകർ നിർന്നിമേഷനായി പുറകോട്ടാഞ്ഞു. വിറകൈകളോടെ ഐഫോൺ എന്നെയേൽപ്പിച്ചു. എൽ.ഇ.ഡി സ്ക്രീനിൽ തെളിഞ്ഞ സന്ദേശം എന്നെ സ്തബ്ധനാക്കി.

"Stay away from this mess

        Or

Be prepared to be killed!"

2018 ജൂലായ് 3 ബുധൻ 7.15pm

29 പേർ മരണപ്പെട്ട ബസ്സപകടം

- ദുരൂഹമായ മുറിവുകളുമായി കാണപ്പെട്ട റിയ സൂസൻ

- സിദ്ധാർത്ഥിന്റെ തിരോധാനം

- സംശയിക്കത്തക്ക തെളിവുകൾ മെഡിക്കൽ റിപ്പോർട്ടിൽ പ്രകട മായിട്ടും 'വാഹനാപകട ഇര'യായി മാത്രം റിയ കേസ്സ് പര്യവസാനി ക്കുവാനുള്ള സാഹചര്യം.

- പുനർജ്ജനിയിൽ ലഭിച്ച അജ്ഞാത വീഡിയോ ക്ലിപ്പ്

- അപായപ്പെടുത്താനെന്ന പോലെ അമിത വേഗത്തിൽ ഞങ്ങൾക്ക് അഭിമുഖമായി വന്ന ബസ്സ്!

- ഏറ്റവും ഒടുവിലായി സുധാകറിനു ലഭിച്ച ഭീഷണി സന്ദേശം. എന്താണ് ഇവയുടെയൊക്കെ അർത്ഥം....?

എന്റെ അന്തർഗതം വെളിവായെന്നോണം സുധാകർ മിഴികളുയർത്തി എന്തോ പറയുവാൻ ഒരുങ്ങി.

"നമുക്ക് മടങ്ങിപ്പോകാം....?"

അവസാനമായി ലഭിച്ച ഭീഷണിക്കുറിപ്പ് എന്നെ മാനസികമായി വളരെയധികം തളർത്തിക്കളഞ്ഞിരുന്നു. സ്വസുരക്ഷയെക്കാളും അലട്ടു വാൻ തുടങ്ങിയിരുന്നത് ആത്മമിത്രത്തിനുള്ള അപായ സാധ്യത യായിരുന്നു.

"I think we should do something about it"

വിദൂരതയിലേക്കു ദൃഷ്ടി പായിച്ച് സുധാകർ സൂചിപ്പിച്ചത് എന്തിനെപ്പറ്റിയാണെന്നു വ്യക്തമാവാത്തതിനാൽ സംശയഭാവത്തോടെ അയാളെ നോക്കി ഞാൻ മൗനം അവലംബിച്ചു. കാർ മുന്നോട്ടു തിരിച്ചുകൊണ്ട് അയാൾ തുടർന്നു.

"ഈ അന്വേഷണം തുടങ്ങുവാനായി ഇവിടെയെത്തി അധികം വൈകുന്നതിനു മുൻപുതന്നെ ഇതുപോലൊരു മുന്നറിയിപ്പ് നമുക്ക്

ലഭിച്ചിട്ടുണ്ടെങ്കിൽ തീർച്ചയായൊന്നുണ്ട്; അത് അരൂപിയായ ശത്രു അതിശക്തനാണ്. That means Riya is no longer safe at പുനർജ്ജനി അവൾ ഏതു നിമിഷവും ആക്രമിക്കപ്പെടാം..."

ഗാഢവും തീവ്രവും കർക്കശവുമായിരുന്നു ആ വാക്കുകൾ.

"നാം എന്തു ചെയ്യണം എന്നാണു നീ പറയുന്നത്. പൊലീസ് സുരക്ഷ ആവശ്യപ്പെടണോ അവൾക്ക്....?"

പുച്ഛത്തിൽ പൊതിഞ്ഞ മന്ദഹാസത്തോടെയാണ് എന്റെ ശങ്കയോട് അവൻ പ്രതികരിച്ചത്.

"ഏടോ, പൊലീസിന് ഈ കേസ് മുന്നോട്ടു കൊണ്ടു പോകുവാനും യാഥാർത്ഥ്യം ചികയാനും താത്പര്യമില്ല എന്നു ഞാൻ ആദ്യം തന്നെ പറഞ്ഞതല്ലേ? ഇത് പൊതുജനത്തിനുപോലും അറിവില്ലാത്തപക്ഷം അവർ എന്തിനായി തല പുകയ്ക്കണം? രഹസ്യത്തിന്റെ ചുരുളഴിഞ്ഞാൽ അത് 'ടൈം'-ന്റെ' 'എക്സ്ക്ലൂസീവ്' ആവുന്നതു ഇക്കാരണങ്ങളാൽ തന്നെയാണല്ലോ."

"So, what are you suggesting at?"

"റിയയെ മുഴുവൻ സമയം നിരീക്ഷിക്കുവാനും, പരിചരിക്കുവാനും ഒരാളെ നാം കണ്ടെത്തണം..." ചുരമിറങ്ങുകയായിരുന്ന കാറിന്റെ ഗിയർ താഴ്ത്തിക്കൊണ്ട് സുധാകർ വ്യക്തമാക്കി.

"പുനർജ്ജനിയിൽ ഇരുപത്തിയഞ്ചിൽപരം സ്റ്റാഫ് നഴ്സുമാർ ജോലി ചെയ്യുന്നുണ്ട്. അവരിൽ നിന്നും നിയോഗിച്ചാൽ പോരേ...?"

എന്റെ ശബ്ദത്തിൽ എതിർപ്പിന്റെ സ്ഫുലിംഗങ്ങൾ ഉയർന്നിരുന്നു.

"There should be someone who is sharp, skilled and vigil! അപ്രതീക്ഷിത ആക്രമണവും ജീവനു നേരെയുള്ള ശ്രമങ്ങളും പ്രതിരോ ധിക്കാൻ പ്രാപ്തയായ ഒരുവൾ...!"

ഒറ്റശ്വാസത്തിൽ സഖാവ് നിർദ്ദേശിച്ചു.

"കുട്ടിക്കാനത്തെ ബാങ്ക് അക്കൗണ്ട് കേന്ദ്രീകരിച്ച് എന്തെങ്കിലും അന്വേഷണം നടന്നിരുന്നോ....?"

എന്റെ ചോദ്യത്തിനു സുധാകർ ഉത്തരം തരുവാൻ തുടങ്ങിയതും ഇറക്കത്തിന്റെ കിതപ്പിലായിരുന്ന ഞങ്ങളുടെ കാറിനു കുറുകേ റോഡിന് അക്കരെ കടക്കാൻ തുനിഞ്ഞ മനുഷ്യരൂപം ബമ്പറിൽ തട്ടി വീണതും ഒരുമിച്ചായിരുന്നു. ഞങ്ങളിരുവരും വണ്ടിയിൽ നിന്ന് ചാടിയിറങ്ങി വീണു കിടന്ന ദേഹത്തെ താങ്ങിയെടുത്തു. ഹെഡ്‌ലൈറ്റിന്റെ മഞ്ഞ വെളിച്ച ത്തിൽ അതൊരു എട്ട്-ഒൻപത് വയസ്സു പ്രായം വരുന്ന ബാലനാണെന്ന് തിരിച്ചറിഞ്ഞു. അവൻ വാവിട്ട് കരയാൻ തുടങ്ങിയിരുന്നു. ശരീരത്തിന്റെ മുറിവിനേക്കാൾ, അപരിചിതത്വത്തിന്റെ അന്ധാളിപ്പും പാതിയിൽ മുറിഞ്ഞ ഓട്ടത്തിന്റെ ജാള്യതയുമുണ്ടായിരുന്നു.

"മോനേ, നീ പേടിക്കല്ലേ, ഒന്നും പറ്റീല്ല..."

സുധാകർ അവനെ ആശ്വസിപ്പിക്കുവാൻ തുടങ്ങി.

"കാല്..." ചെറുക്കൻ കരച്ചിൽ നിർത്താൻ ഭാവമില്ല.

"കാലിന് കുഴപ്പമൊന്നുമില്ല. ചെറിയ പോറലുകളേ ഉള്ളൂ. മോനൊന്നു പതുക്കെ എഴുന്നേറ്റേ..." വാരിയെടുത്തിരുന്ന കുട്ടിയെ ഞങ്ങൾ സാവധാനം നിലത്തു നിർത്തി. അവൻ കടുത്ത വൈമനസ്യ ത്തോടെ, സ്വമേധയാ കാൽ നിലത്ത് പതുക്കെ വെച്ചു.

"മെല്ലെയൊന്നു നടന്നു നോക്കിയേ...."

"നടക്കാൻ പറ്റുന്നുണ്ടല്ലോ...."

"ഹും..." മുക്കിമൂളിയെങ്കിലും കരച്ചിലിനോട് പൂർണ്ണമായി അവൻ വിടപറഞ്ഞിരുന്നില്ല. വണ്ടിയിലെ ഫസ്റ്റ് എയ്ഡ് ബോക്സിൽ നിന്നു അല്പം ബിറ്റാഡിൻ എടുത്ത് അവന്റെ മുറിവുകളിൽ പുരട്ടി ഞാൻ ചോദിച്ചു.

"മോന്റെ വീടെവിടെയാ...? ഞങ്ങൾ കൊണ്ടുവിടാം ഈ വണ്ടിയിൽ" – എന്റെ ഇംഗീതം മുൻകൂട്ടി കണ്ടിരുന്നു എന്ന മട്ടിൽ സുധാകർ ബാലനെ കാറിലേക്കു കയറ്റി.

പാലിഹില്ലിൽ നിന്നു ഞങ്ങൾ കണ്ട ഓലമേഞ്ഞ ചെറുകുടിലു കളിൽ ഒന്നായിരുന്നു കുട്ടിയുടെ വീട് എന്ന് അവൻ കാണിച്ച വഴി യിലൂടെ സഞ്ചരിച്ച് അതിനുമുന്നിൽ എത്തിയപ്പോഴാണ് ബോധ്യ മായത്. കാര്യമായ പരിക്കുകൾ ഒന്നും പയ്യന് സംഭവിച്ചിട്ടില്ല എന്ന സമാധാനം ഉണ്ടായിരുന്നുവെങ്കിലും അപകടത്തിന് കാരണക്കാരായ ഞങ്ങളെ കാണുമ്പോൾ അവന്റെ വീട്ടുകാർ എങ്ങനെയാണ് പ്രതികരി ക്കുക എന്ന ഭയം എന്നെ അസ്വസ്ഥനാക്കിയിരുന്നു.

"ഇവിടാരും ഇല്ലേ...?" ഇൻകാൻഡസെന്റ് ലാംപിന്റെ മഞ്ഞവെളിച്ചം തൂവി നിന്നിരുന്ന വീടിന്റെ പൂമുഖത്ത് നിന്ന് ഞാൻ വിളിച്ചുചോദിച്ചു. രണ്ടു മൂന്നു നിമിഷങ്ങളുടെ നിശ്ശബ്ദത. ബാലനുമായി അപ്പോഴും കാറിൽ നിന്നും ഇറങ്ങിയിരുന്നില്ല.

കുടിലിനുള്ളിൽ നിന്ന് പ്രതികരണം ഒന്നും കിട്ടാതായപ്പോൾ, കുട്ടിയെ അവിടെ വിട്ടിട്ട് മടക്കയാത്ര തുടരാം എന്നൊരു അധാർമ്മിക ചിന്ത മനസ്സിന്റെ ആകാശത്തിൽ പാറിനോക്കുന്നതിന്റെ ഒച്ച കാതിലേക്കു ഇരച്ചുവന്നു. ആ വിവരം വണ്ടിയിലുള്ള സുധാകരനുമായി പങ്കു വെയ്ക്കാം എന്നു കരുതി തിരിഞ്ഞപ്പോഴാണ് ജീവൻ നിലയ്ക്കാറായ ഏതോ മൃഗത്തിന്റെ ശബ്ദത്തിൽ ആ കുടിലിന്റെ വാതിൽ പതുക്കെ തുറന്ന് എൺപതു വയസ്സ് തോന്നിക്കുന്ന, കുഴിഞ്ഞ കണ്ണുകളും, മിനുസമുള്ള ഉരുളൻ തലയുമുള്ള ഒരു വൃദ്ധൻ എനിക്കു മുന്നിൽ പ്രത്യക്ഷപ്പെട്ടത്.

കിഴവനെ കണ്ട മാത്രയിൽ അത്രയും നേരം കാറിൽ കണ്ണീരൊ ലിപ്പിച്ചു ഇരുന്നിരുന്ന ചെറുക്കൻ കുതിച്ചിറങ്ങി അയാളുടെ വളഞ്ഞു കുത്തിയ ഉടലിന്റെ നിഴലിൽ അഭയം പ്രാപിച്ചു. കുട്ടിയുടെ പരിഭ്രമവും ജീവിതത്തിൽ ഒരിക്കലും നേരിൽ കണ്ടിട്ടില്ലാത്ത ഞങ്ങളുടെ അസമയ ത്തുള്ള വരവും കൂട്ടിവായിച്ച് വൃദ്ധൻ പല്ലുകൊഴിഞ്ഞ മോണ കാട്ടി ചോദിച്ചു.

"എന്താ സാറേ...ഇവൻ വല്ല കുരുത്തക്കേടും...?"

"ഇല്ല..." ഞാൻ നടന്ന സംഭവങ്ങൾ (കോൺട്രാവേർഷ്യൽ പാർട്സ് ഒഴിവാക്കി) ലഘുവായി വിവരിച്ചു കൊടുത്തു.

വിവരണം കേട്ട് മിണ്ടാതെയിരുന്ന കിഴവൻ എനിക്കു നേരെ തിരിയുമെന്ന് ഒരു നിമിഷത്തേക്കു ശങ്കിച്ചെങ്കിലും സംഭവിച്ചത് നേരെ മറിച്ചാണ്.

"നിന്നോട് ഞാൻ പറഞ്ഞിട്ടുള്ളതല്ലേ നോക്കാതെ റോഡിൽ ഓടരുതെന്ന്..." വൃദ്ധന്റെ ശാസനയിൽ ബാലൻ രാത്രിയുടെ തണുപ്പിലും നിന്നു വിയർത്തു.

"പോട്ടെ സാറേ... അവന്റെ അമ്മ ജോലി കഴിഞ്ഞ് വരാൻ സമയം ആവുന്നതേയുള്ളൂ. അവളെ നോക്കിപ്പോയതാവും അവൻ.... ഒന്നും സംഭവിക്കാത്തത് ഭാഗ്യം. ബുദ്ധിമുട്ടായതിൽ ക്ഷമിക്കണം..."

വിറയാർന്ന ശബ്ദത്തിൽ ആ സാധുമനുഷ്യൻ പറഞ്ഞു നിർത്തി.

"അതു സാരമില്ല... കുട്ടിക്കു ഒന്നും പറ്റിയില്ലല്ലോ..."

ഞാൻ ചിരിച്ചു കൊണ്ടു മൊഴിഞ്ഞ് കാറിലേക്കു കയറാൻ ഒരുങ്ങി. എന്തോ ഓർത്തിട്ടെന്നപോലെ വയസ്സൻ പിന്നിൽ നിന്നു ചോദ്യ മെറിഞ്ഞു.

"സാറന്മാർ എവിടന്നാ...? ഇവിടെങ്ങനെ കണ്ടിട്ടില്ല..."

"ഞങ്ങള് കുറച്ചു തെക്കൂന്നാ... ഇവിടെ പാലി ഹില്ലുവരെ വന്നതാ. അവിടെ കുറച്ചുനാള് മുൻപൊരു ബസ്സപകടം നടന്നില്ലേ... അത്..." എന്റെ മറുപടി കേട്ട് വൃദ്ധന്റെ ചിരി പതിയെ മായുന്നത് ഞാൻ ശ്രദ്ധിച്ചു.

"ആ... വലിയ കഷ്ടമായിപ്പോയി..."

"അന്ന്... ആ അപകടത്തിനു തൊട്ടുമുൻപോ അതിനുശേഷമോ ഏതെങ്കിലും വാഹനം ഈ വഴി പോയിരുന്നതു ശ്രദ്ധിച്ചിരുന്നോ....?" (എന്നെപ്പോലും അത്ഭുതപ്പെടുത്തി, നാവിൽ നിന്നും ആ ചോദ്യം അവിടെ വീഴുവാനുള്ള കാരണം ഇന്നും എനിക്കു അജ്ഞാതമാണ്!)

"അങ്കിളേ... പച്ച ജീപ്പ്..." ഞങ്ങളുടെ സംഭാഷണം ശ്രവിച്ചുകൊണ്ടി രുന്ന ബാലൻ അമ്പരപ്പിച്ചുകൊണ്ടു മറുപടി നൽകി.

"അകത്തുപോടാ... വലിയവർ സംസാരിക്കുമ്പോ നിനക്കെന്തൊ ഇവിടെ കാര്യം..."

ക്രോധത്തോടെയുള്ള വൃദ്ധന്റെ ആക്രോശം കുട്ടിയിൽ മാത്രമല്ല എന്നിലും അത്ഭുതം ജനിപ്പിച്ചു.

"ഞങ്ങള് ഒന്നും കണ്ടില്ല സാറേ... അന്ന് ഞങ്ങള് കട്ടപ്പനയിൽ കല്യാണത്തിനു പോയേക്കുവാർന്നു..."

വയോധികന്റെ മറുപടിയിൽ ഭീതിയും അലിഞ്ഞിരുന്നു.

"സാറുമൊരു പോലീസാ....?"

കാറിൽ കയറവേ കേട്ട ചോദ്യത്തിനു ഞാൻ മറുപടി കൊടുത്തില്ല.

"അല്ല...." മഴയുടെ വരവറിയിച്ചുകൊണ്ടു മിന്നൽ മാനത്ത് ഒഴുകി നടന്നു.

"എന്തു തോന്നുന്നു അലക്സ്...?"

കാറിന്റെ ആക്സിലേറ്ററിൽ ആഞ്ഞു ചവിട്ടിക്കൊണ്ട് സുധാകർ തിരക്കി. എന്റെ ശ്രദ്ധ മുഴുവൻ റിയർ വ്യൂ മീറ്റിൽ പ്രതിബിംബിച്ചു കണ്ട കുടിലിന്റെ വാതിൽ വിടവിലൂടെ ഞങ്ങളെ ഒളിഞ്ഞു നോക്കുന്ന വൃദ്ധനിലായിരുന്നു.

"I think, we are in danger, real danger."

2018 ജുലായ് 4 വ്യാഴം 6.15pm

പാലിഹിൽ യാത്ര കഴിഞ്ഞ് പുനർജ്ജനിയിൽ എത്തിയപ്പോഴേക്കും നേരം പുലർന്നിരുന്നു. അല്പനേരം കണ്ണടയ്ക്കാം എന്നു കരുതി. കട്ടിലിലേക്കു ചാഞ്ഞതാണ്. മിഴികൾ തുറന്നപ്പോൾ വൈകീട്ട് നാലര കഴിഞ്ഞിരുന്നു! എന്നെ ശല്യപ്പെടുത്തേണ്ട എന്നു കരുതിയാവണം രജനിയോ മറ്റു ജീവനക്കാരോ ഈ സമയമത്രയും ക്വാർട്ടേഴ്സിലേക്കു വരികയോ ഫോൺ മുഖേന ബന്ധപ്പെടാൻ തുനിയുകയോ ഉണ്ടായില്ല. റിയയുടെ വരവിനു ശേഷം പുനർജ്ജനിയിൽ സംഭവിച്ച മാറ്റങ്ങളെ അവരും ഉൾക്കൊണ്ടിരിക്കണം;

Good for them...

കുളിയും പാസ്സാക്കി എന്തെങ്കിലും കഴിച്ചു എന്നു ആമാശയത്തെ വിശ്വസിപ്പിച്ച് ഓഫീസ് മുറിയിൽ എത്തിയപ്പോൾ പുറത്ത് എന്നെയും പ്രതീക്ഷിച്ച് ആറടിയിൽ അധികം പൊക്കവും അതിനൊത്ത വണ്ണവും മെടഞ്ഞൊതുക്കിയ ചെമ്പൻ മുടിയിഴകളുള്ള ഒരു സുന്ദരി നിൽപ്പു ണ്ടായിരുന്നു. കടും ചുവപ്പ് നിറമുള്ള ഗുച്ചി ടീ ഷർട്ടിന്റെ ഇറുക്കത്തിൽ നിന്ന് പുറത്തു കടക്കുവാൻ അവളുടെ മാറിടം വെമ്പുന്നത് പോലെ തോന്നി. എന്നെ കണ്ട മാത്രയിൽ അവൾ ഉപചാരപൂർവ്വം വണങ്ങി. ആരാണെന്നു മനസ്സിലായില്ലെങ്കിലും അത് തുറന്നു ചോദിക്കുവാനുള്ള മടി നാവിന് കൂച്ചുവിലങ്ങിട്ടു.

എന്റെ പ്രതിസന്ധി മുഖത്ത് പ്രതിഫലിച്ചതിനാലാവാം അവൾ തന്നെ എന്റെ രക്ഷയ്ക്കെത്തി. അവളുടെ കിളിനാദം എന്റെ കാതുകളെ തഴുകി.

"Mr Sudhakar had contacted me. I am captain juhi sharma. Usne bola ki,you have a patient who needs care..."

ഹിന്ദിച്ചുവയുള്ള ഇംഗ്ലീഷിൽ പിന്നെയും അവൾ എന്തൊക്കെയോ പറഞ്ഞുവെങ്കിലും സുധാകറിന്റെ നിർദ്ദേശപ്രകാരം റിയ സൂസനെ ശുശ്രൂഷിക്കുവാനെത്തിയ മുഴുവൻ സമയ പരിചാരകയായ അംഗരക്ഷക യാണ് താൻ എന്നതായിരുന്നു അതിലെ മൊത്തത്തിലുള്ള അർത്ഥം.

(കരസേനയിൽ നഴ്സായി ജോലി ചെയ്യവേ, വ്യക്തിപരമായ കാരണങ്ങളാൽ സർവീസ് മതിയാക്കി, തമിഴ്നാട്ടിലെ ഒരു ഉൾനാടൻ ഗ്രാമത്തിലെ കമ്മ്യൂണിറ്റി ഹെൽത്ത് സെന്ററിൽ സേവനം ചെയ്തു വരികയായിരുന്ന ജൂഹി അങ്കമാലിയിൽ വേരുകളുള്ള പാതി മലയാളി യാണെന്നും പ്രവൃത്തിമണ്ഡലം കേരളത്തിലേക്കു പറിച്ചു നടുവാൻ കുറച്ചു നാളായി കാത്തിരിക്കുകയായിരുന്നെന്നുമുള്ള വിവരങ്ങൾ പിന്നീട് സുധാകർ പങ്കുവെയ്ക്കുമ്പോഴാണ് ഞാൻ അറിയുന്നത്). എന്തായാലും എന്റെ ആത്മമിത്രത്തിന്റെ കാര്യപ്രാപ്തിയെപ്പറ്റി വളരെയധികം മതിപ്പു തോന്നിയ സന്ദർഭങ്ങളിൽ ഒന്നായിരുന്നു അത്. റിയ അഭിമുഖീകരിക്കുന്ന ആപത്തിനെ പ്രതിരോധിച്ച് അവളുടെ സംരക്ഷണത്തിനായി കരസേനാ പശ്ചാത്തലമുള്ള നേഴ്സിനെ കണ്ടെത്താൻ ഇരുപത്തിനാലു മണിക്കൂർ പോലും വേണ്ടി വന്നില്ലല്ലോ അവന്! പ്രശ്നങ്ങൾക്ക് മിന്നൽ വേഗത്തിൽ പോംവഴി കണ്ടെത്താനുള്ള സുധാകറിന്റെ കഴിവ് പ്രശംസനീയം തന്നെ, സംശയമില്ല.

"അപ്പോൾ ജൂഹിക്ക് എന്ന് ജോയ്ൻ ചെയ്യാൻ പറ്റും?"

"I don't mind joining today itself"

"ശമ്പളവും മറ്റു അലവൻസുകളും...?"

"No worries about that. നന്നായിത്തന്നെ പേ ചെയ്യുമെന്നു സുധാകർ had told..." മുറിമലയാളത്തിൽ അവൾ പറഞ്ഞൊപ്പിച്ചു.

"ജൂഹിയുടെ താമസവും മറ്റും നമ്മുടെ റിസപ്ഷനിലെ പ്രദീപ് ശരിപ്പെടുത്തും. റിയയുടെ സ്വീറ്റ് റൂമിനോട് ചേർന്നുതന്നെയാവും നിങ്ങളുടെ മുറിയും But I suggest you stay along with Riya itself. Afterall, her security is our prime concern."

"Ok......I will freshen up first..."

"മുറി റെഡിയാവുന്നതുവരെ ഗസ്റ്റ് റൂം ഉപയോഗിക്കാം."

അതിഥികൾക്കായുള്ള റൂമിലേക്കു ജൂഹിയെ പറഞ്ഞയച്ചശേഷം ഓഫീസ് ഡെസ്ക്കിലേക്കു മടങ്ങിയെത്തുമ്പോഴേക്കും ഇന്റർകോം ഒച്ചയുണ്ടാക്കിത്തുടങ്ങിയിരുന്നു.

അങ്ങേതലയ്ക്കൽ രജനിയുടെ സ്വരം "സർ, എനിക്കു ഒന്നു കാണണം. ഇപ്പോൾ ഫ്രീ ആണോ...?"

"യെസ്, ഓഫീസിലേക്കു വന്നോളൂ. എന്തുപറ്റി രജനീ....?" എന്റെ ചോദ്യത്തിനു മുൻപെ ലൈൻ മരവിച്ചു. പത്തു നിമിഷങ്ങൾക്കുള്ളിൽ തന്നെ രജനി എത്തിച്ചേർന്നു.

"റിയയ്ക്ക് ഇപ്പോൾ എങ്ങനെയുണ്ട്.?പ്രശ്നം ഒന്നും ഇല്ലല്ലോ...?"

"ഇല്ല സർ..... പ്രോബ്ളംസ് ആയിട്ടങ്ങനെയൊന്നും..... ഇരുപത്തിനാലു മണിക്കൂർ നിരീക്ഷണത്തിനു ശേഷം ഇന്നലെ രാവിലെ തന്നെ അവളെ

സ്വീറ്റിലേക്കു മാറ്റിയിരുന്നു. പക്ഷേ ഞാൻ ഇപ്പോൾ വന്നത് മറ്റൊരു കാര്യം പറയാനാണ്... ഇതൊന്നു നോക്കാമോ സാർ...."

ഗൗരവം വിടാതെ തന്റെ കൈയിലുണ്ടായിരുന്ന രണ്ടു പ്രിന്റൗട്ടുകൾ അവൾ എനിക്കു കൈമാറി. അതിലെ വിവരങ്ങൾ ഇതുപോലുള്ള എന്റെ വിലയിരുത്തലുകളെ തകിടം മറിക്കാൻ പോന്നതായിരുന്നു.

റിയ താമസിക്കുന്ന സ്വീറ്റ്റൂമിലേക്കു നടക്കുമ്പോൾ ചിന്തകൾ കുഴച്ചി ലിന്റെ കൊടുമുടി കയറുകയായിരുന്നു. പുറത്തു സ്ഥാപിച്ചിരുന്ന കോളിംഗ് ബെൽ നാലഞ്ചു തവണ ശബ്ദിച്ച ശേഷമാണ് അവൾ വാതിൽ തുറന്നത്.

ദീർഘമായ നിദ്രയിൽ നിന്നുമുണർന്ന പ്രതീതി ഒന്നും മുഖത്ത് ദൃശ്യമായിരുന്നില്ല. ഇനി അഥവാ അങ്ങനെ ആയിരുന്നുവെങ്കിൽത്തന്നെ അത് സമർത്ഥമായി മറയ്ക്കുവാൻ റിയയ്ക്ക് സാധിച്ചിരിക്കുന്നു. അഴിച്ചിട്ട അവളുടെ മുടിയുടെ സൗരഭ്യം ആ മുറിയാകെ അലയടിക്കുന്നതായി തോന്നി.

"ബ്രേക്ക്ഫാസ്റ്റ് കഴിക്കുവാൻ കണ്ടില്ല എന്നു കേട്ടു."

"വിശപ്പുണ്ടായില്ല." ഹാഫ് ഡോറിനെ മറച്ച് അഭിമുഖമായി ഇട്ടിരുന്ന കർട്ടൻ നീക്കിമാറ്റിക്കൊണ്ട് ലാഘവം വിടാതെ അവൾ പറഞ്ഞു. കൊറിയർ സംഭവത്തിന് ശേഷം അവൾ കുറച്ചു കൂടി ധൈര്യം കൈവരിച്ചതു പോലെ.

"ഞങ്ങൾ പാലി ഹില്ലിൽ പോയിരുന്നു..." പൊടുന്നനെയുള്ള എന്റെ പ്രസ്താവന അവളിൽ ജനിപ്പിച്ച ഭാവഭേദം വിചിത്രമായിരുന്നു.

"എന്നിട്ട്...."

"I think we are in danger..."

"അന്ന് എന്താണ് നിനക്കു സംഭവിച്ചത് എന്ന് ചെറുതെങ്കിലും ആയ ഓർമ്മ....?"

മൗനം.

"സിദ്ധാർത്ഥിനെ എപ്പോഴാണ് അവസാനമായി കണ്ടത്?"

ഞങ്ങൾക്കിടയിൽ മറ കെട്ടിയിരുന്ന മൗനത്തിന്റെ പാടയെ കീറി എറിഞ്ഞുകൊണ്ട് ഇരുകൈകളും ബലമായി ശിരസ്സിലമർത്തി റിയ ഉറക്കെക്കരഞ്ഞു.

"എനിക്ക് ഒന്നും ഓർമ്മയില്ല..."

കുടിലമായ മന്ദഹാസത്തോടെ, അല്പം മുൻപ് രജനി എന്നെ ഏൽപ്പിച്ച പ്രിന്റൗട്ടുകൾ ഞങ്ങൾക്കു മുന്നിലുണ്ടായിരുന്ന ടീപ്പോയി ലേക്കു എറിഞ്ഞുകൊണ്ട് ഞാൻ പല്ലു ഞെരിച്ചു.

"നിനക്കൊന്നും അറിയില്ലെങ്കിൽ... How will you explain this?"

വെളുത്ത കടലാസ്സിലെ കറുത്ത അക്ഷരങ്ങൾക്ക് ഇരുട്ടിന്റെ മണമായിരുന്നു. അതിന്റെ പ്രഹരശക്തിയിൽ റിയ ഞെട്ടിത്തരിച്ചു. അവളുടെ കണ്ണുകളിലെ ജീവൻ വിരുന്നുപോയിരുന്നു.

"How do you explain this riya?, നിങ്ങൾക്ക് യാതൊന്നും ഓർമ്മ യില്ലെങ്കിൽ ഈ കഥ എങ്ങനെ വിശദീകരിക്കും...?" ചോദ്യം ആവർത്തിച്ചു കൊണ്ട് ടീപ്പോയിലേക്കെറിഞ്ഞ കടലാസ്സുകളിൽ ഒന്ന് ഉയർത്തിപ്പിടിച്ച് ഞാൻ കോപത്തിന്റെ ഈയാംപാറ്റകളെ കൂടു തുറന്നു വിട്ടു.

From- goraxi@torr.com

To- giantcy@torr.com. Sent on 04-07-2018, 11.45A.M

Sub: happy b'day

Sir,

The transaction 2 be done now.cns safe with me.gr8ngs.

goraxi

"ഇത്.....?" റിയയുടെ മുഖം വിവർണ്ണമായി.

"Tell me what is this...?"

"ഇതെങ്ങനെ...?"

"നിങ്ങൾ എന്താണു കരുതിയത് സോദരീ.... തുടക്കം മുതൽ തന്നെ എനിക്കു സംശയമുണ്ടായിരുന്നു. നിങ്ങൾ ഒരുപാട് രഹസ്യങ്ങൾ ഒളിക്കാൻ പാടുപെടുന്നുണ്ടെന്ന്..."

പ്രതിവചിക്കുവാൻ റിയ വാക്കുകളുടെ ക്ഷാമം നേരിടുന്നുണ്ടെന്ന് ബോധ്യമായിരുന്നു. ക്രോധത്തിരമാലകൾക്ക് അണകെട്ടുവാൻ എനിക്കും സാധിച്ചില്ല. അവൾ ഒളിച്ചു വെയ്ക്കുവാൻ തത്രപ്പെടുന്ന ആ രഹസ്യം, അതുമാത്രമായിരുന്നു എനിക്ക് അറിയേണ്ടിയിരുന്നത്.

"ഓർമ്മയില്ലാത്ത നായികയും അവളുടെ ഭൂതകാലം വീണ്ടെടു ക്കുവാൻ കച്ച കെട്ടിയ ഷെർലയ്ക്കും വാട്സനും... സിനിമകൾക്കു പോലും ഈ തീമൊക്കെ പഴഞ്ചനാണ്. എത്ര ഗുരുതരമായ ക്ഷതം പോലും ഉണ്ടാക്കുന്ന ആൻട്രോഗ്രേയ്ഡ് അമ്നീഷിയ, അതുവരെയുള്ള ജീവിതത്തിന്റെ മുഴുവൻ അവശിഷ്ടങ്ങളേയും തുടച്ചു നീക്കുവാൻ പര്യാപ്തമല്ല എന്നു വിവേചിച്ചറിയാനുള്ള അറിവും വിദ്യാഭ്യാസവും എനിക്കുണ്ടെന്ന് എന്നെങ്കിലും നിങ്ങൾ മുഖവിലയ്ക്കെടുക്കണ മായിരുന്നു. സ്വമേധയാ സത്യങ്ങൾ വെളിപ്പെടുത്താൻ താൻ മുതിരില്ല എന്ന് ഉറപ്പുള്ളതുകൊണ്ടാണ് പുനർജ്ജനിയിൽ എത്തിയതിന് അടുത്ത ദിവസം തന്നെ, ആവശ്യം വരുകയാണെങ്കിൽ എന്നെ ബന്ധപ്പെടുവാൻ എന്ന വ്യാജേന ഇവിടന്ന് റിയയ്ക്ക് നൽകിയ ഐഫോൺ, രജനിയുടെ ഫോണുമായി 'മിറർ' ചെയ്തതും അതിൽ നിന്നും പുറത്തേക്ക് ആരെ ഡയൽ ചെയ്താലും ഏതു ഇ-മെയിൽ സന്ദേശം അയച്ചാലും അതു

രജനി സൂസെപാകൃത്തിന്റെ മൊബൈലും രേഖപ്പെടുത്തും. ധാർമ്മികം അല്ലെന്നറിയാം. But, we didn't have much of a choice, did we?"

എന്റെ മുനവെച്ച പ്രകോപനത്തിലും റിയ ക്ഷുഭിതയായില്ല. വിങ്ങിപ്പൊട്ടിയതുമില്ല. എന്റെ വാക്കുകളുടെ ചൂട് മുറിയിലാകെ ഒഴുകി നടന്നു. ഭിത്തിയുടെ തണുപ്പിനു പോലും പിടി കൊടുക്കാതെ.

പേടിക്കേണ്ട, We can still help you. But before that you should tell me, who you are and whom did you send that mail to. And what did that transaction mean?"

(ആരാണു നിങ്ങളുടെ കൂട്ടാളികൾ?

എന്താണു നിന്റെ ഉദ്ദേശ്യം?

അപായപ്പെടുത്താൻ ശ്രമിക്കുന്നത് ആരാണ്?)

ചോദ്യശരങ്ങളിൽ റിയ പതറിയില്ല. തീർത്തും ശാന്തയായി, അക്ഷോഭ്യയായി അവൾ അധരം ചലിപ്പിച്ചു.

"I deal with coins..bit coins!"

2018 ജുലായ് 4 വ്യാഴം 8.36pm

"ബിറ്റ് കോയിൻ...?"

ഏതോ ആംഗലേയ നോവലിൽ ആണ് ഈ പേര് ആദ്യമായി കേൾക്കുന്നത്. ഒരു കൗതുകത്തിന്, ഇതു നോവലിസ്റ്റിന്റെ ഭാവനയിൽ വിരിഞ്ഞതാണോ അതോ യഥാർത്ഥമാണോ എന്നു അറിയുവാനായി ഗൂഗിളിൽ പരതിയിരുന്നു.

1 bit coin equals 7 lac Indian rupees!

ഏഴുലക്ഷത്തിൽപ്പരം ഇന്ത്യൻ രൂപയ്ക്കു തുല്യം മൂല്യമുള്ള കറൻസി, വ്യവസ്ഥാപിതബാങ്കിങ് നാണയങ്ങൾക്ക് ബദലായി നില കൊള്ളുന്ന ആശയം, പല രാജ്യങ്ങളിലും നിരോധിച്ചിട്ടുള്ള വിർച്ചൽ പണം... എന്നിങ്ങനെ ചുരുക്കം ചില വസ്തുതകളേ അന്നത്തെ ഗൂഗിൾ അന്വേഷണത്തിന്റെ ബാക്കിപത്രമായി ഇന്ന് ഓർമ്മയിലുള്ളൂ. വർഷങ്ങൾക്കു ശേഷം ഇങ്ങനെയൊരു സാഹചര്യം ആവിർഭവിക്കുമെന്ന് അന്ന് കരുതിയില്ലല്ലോ...

"നിങ്ങൾ ഏതു തീവ്രവാദസംഘടനയുടെ ഭാഗമാണ്..?" അവജ്ഞ കലർന്ന സ്വരത്തിൽ ഞാൻ ചോദിച്ചു.

"പ്ലീസ്.... ഡോക്ടർ കരുതുന്നതുപോലെ ഭീകരവാദി ഒന്നും അല്ല ഞാൻ ദയവായി എനിക്കു പറയാനുള്ളത് അങ്ങ് കേൾക്കണം..?" അനധികൃതമാർഗ്ഗത്തിലൂടെ സമ്പാദിക്കുന്ന ധനം, രാജ്യത്തെ പട്ടിണി പ്പാവങ്ങൾക്ക് ശൗച്യാലയം പണികഴിപ്പിക്കുന്നതിനു വേണ്ടിയാണോ എന്ന് ചോദിക്കണം എന്നെനിക്കുണ്ടായിരുന്നു. പക്ഷേ ദൈന്യതയാർന്ന അവളുടെ മുഖം കുത്തുവാക്കുകളെ അതിർത്തി കടത്തുന്നതിൽ നിന്ന് എന്നെ പിൻതിരിപ്പിച്ചു. കണ്ണുകളുയർത്തി അവൾ പറഞ്ഞു തുടങ്ങി.

"എനിക്കറിയാം, നിങ്ങളെ കബളിപ്പിക്കാൻ ഞാൻ ശ്രമിച്ചു. മറവിയുടെ മുഖംമൂടി അണിയാതെ, എനിക്കു വേറെ വഴിയില്ലായിരുന്നു. പൊലീസുകാരുടെ ആവർത്തിച്ചുള്ള ചോദ്യങ്ങളിൽ നിന്ന് ഒളിച്ചോടാൻ മറ്റു മാർഗ്ഗങ്ങൾ ഒന്നും കണ്ടില്ല...."

"നീ ആരാണ്.....?"

ചതിക്കപ്പെട്ടവന്റെ നീരസം മറച്ചുവെയ്ക്കാൻ ഞാൻ മിനക്കെട്ടില്ല. ഞങ്ങളെ തഴുകിക്കൊണ്ട് നിശ്ശബ്ദതയുടെ കാറ്റ് കടന്നുപോയി. രഹസ്യ ങ്ങളുടെ താക്കോൽ കൈക്കലാക്കിയവന്റെ ആവേശത്തിൽ ഞാൻ മുരണ്ടു.

"നിങ്ങൾ എവിടെയാണ് ബിറ്റ് കോയിൻസ് ഒളിപ്പിച്ചു വെച്ചിരി ക്കുന്നത്?"

വിഷാദത്തിലും അവളുടെ മുഖത്ത് ചെറുമന്ദസ്മിതം വിടർന്നു.

"സർ, സ്വർണ്ണബിസ്ക്കറ്റോ, നാണയങ്ങളോ പോലുള്ള ഖരരൂപിയായ ഒന്നല്ല ബിറ്റി. It's a virtual money, a code basically..."

"കോഡ്...?"

വീണ്ടും വഴിതെറ്റിക്കാനുള്ള വിഫലശ്രമമാണെന്നായിരുന്നു മനസ്സു മന്ത്രിച്ചത്. ചുമരിൽ തൂങ്ങിയിരുന്ന, സ്വർണ്ണക്കടയുടെ കലണ്ടറിലെ മുംബൈക്കാരി മോഡലിനെപ്പോലും സംശയത്തിന്റെ കണ്ണാടിയിലൂടെ മാത്രം കാണാൻ പോന്ന മാനസികാവസ്ഥയിലേക്ക് ചളിയിൽ പൂണ്ടു കൊണ്ടിരുന്ന എനിക്കു നേരെ തെളിമയുടെ ലൈഫ് ജാക്കറ്റ് എറിഞ്ഞു തന്നുകൊണ്ട് റിയ തുടർന്നു.

"ബിറ്റ് കോയ്ൻ ഇലക്ട്രോണിക് ധനവിനിമയ ഉപാധിയാണ് ധനം തന്നെയാണ്. അതായത്, ഡിജിറ്റൽ സിഗ്നേച്ചർ ഉപയോഗിച്ച്, ബാങ്കു കളുടെയൊന്നും സഹായം ഇല്ലാതെ തന്നെ ഒരു ഉപഭോക്താവ് മറ്റൊരു വ്യക്തിക്ക് 'ഇലക്ട്രോണിക് പണം' കൈമാറുന്നു. വളരെ ലളിതമായ പറഞ്ഞാൽ ചില 'കോഡുകളിലൂടെ' പ്രവർത്തിക്കുന്ന വിർച്വൽ വാലറ്റ്..."

"പേടിഎം ഒക്കെപ്പോലെ...?"

"അല്ല, പേടിഎം, ഫ്രീചാർജ്ജ് പോലുള്ള വാലറ്റുകളിൽ നിങ്ങളുടെ ബാങ്ക് അക്കൗണ്ടിലുള്ള പണം തന്നെയാണ് ക്രയവിക്രയം ചെയ്യപ്പെടു ന്നത്. ഇത് അങ്ങനെയല്ല. 'കോഡ്' തന്നെയാണ് മണി...." മുഴുവനായി ഗ്രഹിച്ചില്ലെങ്കിലും റിയയുടെ വിശദീകരണത്തിന് തലയാട്ടിക്കൊണ്ട് ഞാൻ ചോദിച്ചു.

"നിങ്ങളുടെ കോഡ് എന്താണ്. അത് എങ്ങനെ കിട്ടി...?"

"I do mine bit coins. ഞാൻ ഒരു 'കോയ്ൻ' മൈനറാണ്. സങ്കീർണ്ണമായ ഗണിതശാസ്ത്രപ്രശ്നം പരിഹരിച്ച് ബിറ്റ് കോയ്ൻ കോഡ് കണ്ടെത്തുന്നവരാണ് 'ബിറ്റി' മൈനേഴ്സ്. ഔദ്യോഗിക രേഖകൾ ഒന്നും ഇല്ലെങ്കിലും ഞങ്ങളുടെ കണക്കനുസരിച്ച് കേരളത്തിൽ അങ്ങോളമിങ്ങോളമായി ഒൻപതോളം കോഡേഴ്സ് ആക്റ്റീവ് ആണ്, കഴിഞ്ഞ ഒരു വർഷത്തോളമായി."

"സങ്കീർണ്ണ ഗണിതശാസ്ത്ര പ്രശ്നമോ...? ഗുണിച്ചും ഹരിച്ചും ഉണ്ടാക്കിയെടുക്കുന്ന സംഗതിയാണോ നിങ്ങളുടെ കോയ്ൻ...?"

വെറുപ്പു പുറത്തുകാട്ടിക്കൊണ്ടുതന്നെയായിരുന്നു എന്റെ ശബ്ദമുയർന്നത്.

"അതെ, Complicated Mathematical puzzle സോൾവ് ചെയ്തു മാത്രമേ 'ബി.റ്റി'യിലേക്കു എത്താൻ സാധിക്കൂ. അതിശക്തമായ പ്രോസസേഴ്സ് ഉപയോഗിച്ചു, മണിക്കൂറുകളും മാസങ്ങളും തല പുകച്ചാൽപ്പോലും സൊലൂഷൻ കിട്ടണമെന്നില്ല. ലോകത്തിന്റെ പല കോണുകളിലിരുന്ന് നൂറുകണക്കിന് മൈനർമാർ ഓരോ കോയ്നുകളും എത്തിപ്പിടിക്കാൻ മത്സരിക്കുമ്പോൾ, അതിലേക്കു ആദ്യമെത്തുന്നവന് മാത്രമേ അത് സ്വന്തമാവൂ." ഗൗരവം വിടാതെ അവൾ നിർത്തി.

"റിയയുടെ കയ്യിൽ ഇങ്ങനെ 'മൈൻ' ചെയ്തു കിട്ടിയ എത്ര കോയ്നുകൾ ഉണ്ട് ഇപ്പോൾ? സിദ്ധാർത്ഥും 'ബി.റ്റി' മൈനർ ആയി രുന്നോ...?"

"ആണെന്നും അല്ലെന്നും പറയാം (എന്റെ ആദ്യത്തെ ചോദ്യം വിദഗ്ധമായി അവൾ അവഗണിച്ചതു ഞാൻ ശ്രദ്ധിച്ചുവെങ്കിലും തൽക്കാലത്തേക്കു അതു സൗകര്യപൂർവ്വം കേട്ടില്ലെന്ന് നടിച്ചു.) കോർഡർമാരുടെ ഓൺലൈൻ കമ്മ്യൂണിറ്റിയിൽ ബ്ലോക്ക് ചെയ്ൻ അൺലോക്കിംഗിൽ എന്തു ചെയ്യണമെന്നറിയാതെ, വലിയൊരു നഷ്ടത്തിന്റെ വക്കിൽ നിൽക്കുമ്പോൾ സഹായവുമായാണ് സിദ്ധാർത്ഥ് എന്റെ ജീവിതത്തിലേക്ക് എത്തുന്നത്, കുറച്ചു മാസങ്ങൾക്കു മുൻപ് .... നേരിട്ട് പരിചയപ്പെടുവാൻ പിന്നെയും കുറേക്കഴിഞ്ഞു. 'റിയൽ ജെന്റിൽമാൻ' ആയിരുന്നു അവൻ എന്നു ആദ്യമേ ബോധ്യമായിരുന്നു. അങ്ങനെ അല്ലായിരുന്നുവെങ്കിൽ, ബ്ലോക്ക് ചെയ്ൻ പ്രതിസന്ധി പരിഹരിക്കുവാൻ എന്നെ സഹായിക്കുന്ന സമയത്ത്, എന്റെ കൈവശ മുണ്ടായിരുന്ന ബിറ്റ് കോയ്നുകൾ വിദഗ്ധമായി അവനു അപഹരി ക്കാനാവുമായിരുന്നു..." അവളുടെ മുഖം അഭിമാനം കൊണ്ട് ചുമന്നി രുന്നു, ഇതു പറയുമ്പോൾ.

"So your relationship was more of an alliance of convenience.. ? അവന്റെ ബുദ്ധിയും നിങ്ങളുടെ കഴിവും വളമാക്കി ബിറ്റ് കോയ്ൻ സാമ്രാജ്യം...."

"എന്തിനാണു സർ ഇത്ര നാടകീയമായി സംസാരിക്കുന്നത്...? ബിറ്റ് കോയ്ൻ സാമ്രാജ്യം പോലും..."

അപ്രതീക്ഷിതമായ പരിഹാസത്തിൽ ഞാൻ ചുളിപ്പോയി. രക്ഷിക്കുവാനായി കോപം അഭിനയിച്ചുകൊണ്ട് തിരിച്ചു ചോദിച്ചു.

"നിങ്ങളെന്തിനാണ് കുട്ടിക്കാനത്തുപോയി താമസിച്ചത്?"

"ഒന്നിച്ചു ജീവിക്കാൻ തീരുമാനിച്ചപ്പോൾ സിദ്ധാർത്ഥന്റെ തീരുമാന മായിരുന്നു, നഗരത്തിന്റെ തിരക്കുകളിൽ നിന്നു ഒഴിഞ്ഞു നിൽക്കണമെന്ന്. അധികമാരുടെയും ശ്രദ്ധയിൽപ്പെടാതെ, അജ്ഞാതത്വം നിലനിർത്തി

കഴിയുക എന്നത് 'മൈനർ' എന്ന നിലയിൽ എന്റെയും ആവശ്യമായി രുന്നു. പരിചയത്തിലുണ്ടായിരുന്ന ഒരു ബ്രോക്കർ വഴി കുട്ടിക്കാനത്തി നടുത്ത് വീടും 'Zodiac d'zn' എന്ന പേരിൽ കടയും വാടകയ്ക്കെടുത്തു.

"ഈ 'കട' വാടകയ്ക്കെടുത്തത് എന്തിനാണ്....?" 'it was over cover! ഏജൻസികളുടെയും സർക്കാർ സംവിധാനങ്ങളുടെയും നാട്ടുകാരുടെയും സംശയങ്ങൾക്കിടകൊടുക്കാതെയിരിക്കാൻ ലെജിറ്റി മേറ്റായ ഏതെങ്കിലും വിലാസം ഞങ്ങൾക്കു വേണമായിരുന്നു. ശ്രീലങ്ക യിലേക്കും മാലിദ്വീപിലേക്കും ഇ-വേസ്റ്റ് കയറ്റുമതിക്ക് കരാർ എടുത്ത ഏജൻസി, 'Zodiac d'zn'നു വേണ്ടി സിദ്ധാർത്ഥ് മെനഞ്ഞെടുത്ത പൂർവ്വകഥ അതായിരുന്നു."

സംശയങ്ങളുടെ ഭാണ്ഡക്കെട്ടു ചുമന്ന് നാവുണങ്ങി തുടങ്ങിയിരു ന്നുവെങ്കിലും ഇടവേളയിട്ടാൽ റിയ മൗനത്തോടുള്ള ചങ്ങാത്തം പുതു ക്കുമോ എന്നു പേടിച്ച് ഞാൻ അവൾക്കായുള്ള അടുത്ത ചോദ്യത്തെ കൂടു തുറന്നുവിട്ടു.

"സിദ്ധാർത്ഥുമായി അടുപ്പത്തിലാവുന്നതിനു മുൻപ് നിങ്ങൾ എവിടെ യായിരുന്നു....?"

"Excuse me...."

കതകിൽ ആരോ മുട്ടുന്ന ശബ്ദം കേട്ടു ഞങ്ങളുടെ ശ്രദ്ധ തിരിഞ്ഞു. കൈയിൽ ഫ്ളാസ്കുമായി മുറിയിലേക്കു കടന്നു വന്നത് ജൂഹി ശർമ്മയായിരുന്നു. അവളെ കണ്ടപ്പോൾ ആശ്വാസമാണുണ്ടായത്.

"റിയ, മീറ്റ് ക്യാപ്റ്റൻ ജൂഹി ശർമ്മ. തന്നെ നോക്കുവാൻ ഡ്യൂട്ടിയിൽ ഏർപ്പെടുത്തിയ പുതിയ നഴ്സാണ്. മുഴുവൻ സമയവും അവളുണ്ടാവും കൂടെ...."

ഇടതുകൈയിലിരുന്ന ഫ്ളാസ്കിൽ നിന്ന് ചൂടുവെള്ളം കപ്പിലേക്കു പകർന്ന് റിയയ്ക്കു നൽകിക്കൊണ്ട് ജൂഹി സ്വയം പരിചയപ്പെടുത്തി 'hi, Riya, I'm Juhie. good to have met you.'

"എനിക്കു ഏർപ്പെടുത്തിയ ബോഡി ഗാർഡ്, അല്ലേ...?"

പരിഹാസം ആസ്വദിച്ചു എന്ന മട്ടിൽ ഞാൻ ചിരിക്കുവാൻ ശ്രമിച്ചു. മലയാളത്തിൽ ഞങ്ങൾ എന്തോ വലിയ ഫലിതം പറഞ്ഞതാണ് എന്ന് കരുതി ജൂഹിയും പുഞ്ചിരി തൂകി ഞങ്ങൾക്ക് ഒപ്പം ഇരുന്നു. റിയയുടെ പുച്ഛം അവസരോചിതമായിരുന്നു. ജൂഹിയോട് അടുത്ത മുറിയിലേക്ക് പൊയ്ക്കൊള്ളുവാൻ ആംഗ്യം കാണിച്ച് ഞാൻ സംഭാഷണത്തിലേക്കു തിരിച്ചെത്തി.

"സിദ്ധാർത്ഥും നിങ്ങളുമായി എന്തെങ്കിലും വഴക്കോ പ്രശ്നങ്ങളോ...?"

എന്റെ ചിന്തകളുടെ ദിശാമാറ്റം കൃത്യമായി ഗ്രഹിച്ച് റിയ കണ്ണു കളുമുയർത്തി.

"നോക്കൂ സർ, അവൻ എന്നോടു പിണങ്ങി മറ്റു സ്ത്രീകളുടെ

സാമീപ്യം തേടി പോയതോ, മനപ്പൂർവ്വം മറഞ്ഞിരിക്കുന്നതോ അല്ല എന്നു വിശ്വസിക്കുവാൻ എനിക്കു മതിയായ കാരണങ്ങളുണ്ട്"

മുറിയിലെ ഷെൽഫ് തുറന്ന് അതിലുണ്ടായിരുന്ന കടും നീലവർണ്ണ ത്തിലുള്ള 'ഗുച്ചി' ലോഗോ പതിപ്പിച്ച ഹാൻഡ് ബാഗിൽ നിന്നും ഒരു മെമ്മറി കാർഡ് എന്നെയേൽപ്പിച്ച് അവൾ നിശ്ശബ്ദയായി.

"എന്തിനാണത്....?" കണ്ണുകളിലൂടെ ഞാൻ ആ ചോദ്യമെറിഞ്ഞു.

"കുട്ടിക്കാനത്തു താമസം തുടങ്ങി ഏതാനും ദിവസങ്ങൾ കഴിഞ്ഞ പ്പോഴേക്കും ഞങ്ങൾക്ക് ചില അജ്ഞാത സന്ദേശങ്ങൾ ലഭിക്കുവാൻ തുടങ്ങി. അതിൽ ഏറിയ പങ്കും ഒരേ സ്വഭാവം ഉള്ളതായിരുന്നു...."

റിയ കൈമാറിയ മെമ്മറികാർഡ് ഫോണിൽ ഘടിപ്പിച്ച് അതിന്റെ ഉള്ളടക്കമറിയാൻ എനിക്ക് ധൃതിയായി.

"എല്ലാ ആഴ്ചയും കൃത്യമായ ഇടവേളകളിൽ അവ വരുമായിരുന്നു. ചിലപ്പോൾ കൊറിയറുകളായി, എൻക്രിപ്റ്റഡ് എസ്.എം.എസ്സുകളായി, അജ്ഞാത ഇ-മെയിലുകളായി, ഒടുവിൽ വീടിന്റെ മതിലിൽ വരെ സൂചനകൾ കണ്ടു തുടങ്ങി..."

"ആരായിരുന്നു? എന്തായിരുന്നു അതിലെ കണ്ടന്റ്...?"

Enjoyn new life?

Time for a baby?

Vacation next....? എന്നിങ്ങനെ നിർദ്ദോഷം എന്ന് ആദ്യകാഴ്ചയിൽ തോന്നുന്ന മെസ്സേജുകളാണ് തുടക്കത്തിൽ കിട്ടിയിരുന്നത്. പിന്നെപ്പിന്നെ അതിന്റെ ടോൺ മാറാൻ തുടങ്ങി. ബിറ്റ് കോയ്ൻ പ്രഹേളികയെപ്പറ്റി യുള്ള, ജെനസ്സിസ് കോഡ് സൂചിപ്പിക്കുന്ന സന്ദേശങ്ങളായിരുന്നു അവയൊക്കെയും എന്ന് അപ്പോഴാണ് ഞങ്ങൾക്കു ബോധ്യം വന്നത്. ഏറ്റവും ഒടുവിലായി കിട്ടയതിൽ ഒന്നാണ് ഈ മെമ്മറികാർഡ്." 'mlx' എന്നു രേഖപ്പെടുത്തിയിരുന്ന അതിലെ ഫയൽ, 'റീഡ്' ചെയ്യാൻ എന്റെ ആൻഡ്രോയിഡിന് സെക്കന്റുകളേ വേണ്ടിവന്നുള്ളൂ. എൽ.ഈ.ഡി സ്ക്രീനിൽ ഇത്തവണ തെളിഞ്ഞത് അക്കങ്ങളോ, ചിത്രങ്ങളോ ആയിരുന്നില്ല; വിചിത്രമായ ചിഹ്നങ്ങളായിരുന്നു!

"എന്താണിത്...?"

"It's a Morse code*...?"

"ഇതിൽ എന്താണുള്ളത്?"

"ഇതൊരു മുന്നറിയിപ്പ് ആണ്"

"എന്തിനുള്ള മുന്നറിയിപ്പ്....?"

"ബിറ്റ് കോയ്ൻ ജെനസിസ് ബ്ലോക്ക് കണ്ടെത്താൻ സഹായിച്ചി ല്ലെങ്കിൽ സിദ്ധാർത്ഥിനെ അപായപ്പെടുത്തും എന്നുള്ള ഭീഷണി..."

---

* സന്ദേശങ്ങൾ കൈമാറുന്നതിന് ഉപയോഗിക്കുന്ന സങ്കേതം

"ആര് അയച്ചതാണിത്?"

"അതറിയില്ലായിരുന്നു. പക്ഷേ ഈ സന്ദേശം ലഭിച്ച് നാലഞ്ചു ദിവസത്തിനുള്ളിൽ 'giantcy@torr.com' എന്ന വിലാസത്തിൽ നിന്ന് ബ്ലാങ്ക് മെയിൽ ലഭിച്ചു ഞങ്ങൾക്ക്...."

രജനി നൽകിയ ഫയലിൽ ഇ-മെയിൽ വിലാസം രേഖപ്പെടുത്തി യിരുന്നത് ഓർമ്മയിൽ തെളിഞ്ഞു. ഞൊടിയിൽ ചിന്താമഗ്നനായ എന്റെ ഭാവമാറ്റം കണ്ടിട്ടാവണം, റിയ സഹായത്തിനെത്തി.

"നിങ്ങളുടെ സന്ദേഹം ശരിയാണ് ആ വിലാസത്തിലേക്കാണ് ഇന്ന് ഞാൻ ഇ-മെയിൽ അയച്ചത്...."

"അന്നത്തെ ഭീഷണിക്കു വഴങ്ങി അവരുമായി സഹകരിക്കാൻ നിങ്ങൾ തീരുമാനിച്ചു?"

"അല്ല... ഊമക്കത്തിനു മുന്നിൽ മുട്ടുമടക്കുവാനൊന്നും ഞാൻ തയ്യാറായിരുന്നില്ല"

"എന്നിട്ട് ഇപ്പോൾ....?"

"ഞങ്ങൾ കരുതിയ പോലെ ലളിതമായിരുന്നില്ല കാര്യങ്ങൾ. കൈവിട്ടു പോകുന്നു എന്നു ഞങ്ങൾ മനസ്സിലാക്കിയത് മറ്റൊരു സംഭവം ഉണ്ടായപ്പോഴാണ്....."

"എന്തിനായിരുന്നു അത്...?"

"സിദ്ധാർത്ഥിന്റെ ഓഫീസ് ആക്രമിക്കപ്പെട്ടു."

"zodiac d'zn....?"

"അതെ...."

"വിലപിടിപ്പുള്ള വസ്തു വഹകൾ ഒന്നും ഷോപ്പിൽ ഇല്ലായിരുന്നു. പക്ഷേ മോഷണശ്രമമല്ല അത് എന്നു സ്പഷ്ടമായിരുന്നു. വാരിവലിച്ചി ട്ടിരുന്ന ഫയലുകൾക്കുള്ളിൽ നിന്ന് അവസാനത്തെ മുന്നറിയിപ്പ് കണ്ടെത്തുമ്പോഴേക്കും എന്നെ സംബന്ധിച്ചിടത്തോളം ലോകം തന്നെ നിലച്ചുപോയിരുന്നു...."

"പൊലീസിൽ പരാതി കൊടുത്തില്ലേ..?" റിയ നിന്ദാഗർഭമായി ശൂന്യതയിലേക്ക് ദൃഷ്ടിപായിച്ച് കൊണ്ടു ഉത്തരം നൽകി.

"പൊലീസിനോട്...! ബിറ്റ് കോയ്ൻ തട്ടിയെടുക്കാൻ ആക്രമണം നേരിട്ടു എന്ന് പരാതിപ്പെട്ടിരുന്നെങ്കിൽ ആദ്യം ജയിലിൽ പോകുന്നത് സിദ്ധാർത്ഥും ഞാനും ആയിരിക്കും..."

അവൾ പറഞ്ഞതിന്റെ പൊരുൾ ഗ്രഹിച്ച് തിരിച്ചു ചോദിച്ചു. "എന്തായിരുന്നു നിങ്ങളുടെ തുടർന്നുള്ള നീക്കം....?"

"വല്ലാതെ ഭയന്നു പോയിരുന്നു ഞങ്ങൾ. കുട്ടിക്കാനം ഇനിയും സുരക്ഷിതമല്ല എന്ന ബോധ്യവും ഉറപ്പായിരുന്നു. ആരേയും പേടിക്കേ ണ്ടാത്ത, ബിറ്റ് കോയ്ൻ വ്യാപാരം പൂർണ്ണമായും നിയമവിധേയമായ

ഏതെങ്കിലും രാജ്യത്തേക്കു കുടിയേറുവാനുള്ള തീരുമാനം മുന്നോട്ടു വെച്ചത് സിദ്ധാർത്ഥായിരുന്നു. അതിനു വേണ്ട കടലാസ്സുജോലികൾ ഒക്കെ പൂർത്തിയാക്കി, അതീവ രഹസ്യമായി ഇമിഗ്രേഷൻ സംബന്ധിച്ച അവസാനഘട്ട ക്ലിയറൻസുകൾക്കായി ഒരു തവണ കൂടി ചെന്നെയ്ക്കു പോകണമായിരുന്നു. ആ യാത്രയ്ക്കിടയിലാണ്..."

"അതിനിടയിൽ......? അപകടത്തിൽപ്പെട്ട ബസ്സിൽ നിങ്ങൾ ഇരുവരും എപ്പോഴാണ് കയറിത്...? അതോ..?" (എന്റെ 'തിയറികൾ' നീർക്കുമിളകൾ കണക്കെ ഉടഞ്ഞുപോകുമോ എന്നൊരു വിങ്ങൽ ഈ സന്ദർഭത്തിൽ എനിക്കുണ്ടായിരുന്നില്ല എന്നു പറഞ്ഞാൽ അതു അസത്യമായിപ്പോകും!)

"ഞാൻ പറയുന്നത് നിങ്ങൾ വിശ്വസിക്കണം. ആ ബസ്സിൽ എപ്പോ ഴാണ് കയറിയത് എന്ന് എനിക്ക് ഓർക്കുവാൻ കഴിയുന്നില്ല. പക്ഷേ ഒന്ന് ഉറപ്പാണ്. അന്ന് സന്ധ്യ കഴിഞ്ഞിരുന്നു. ഞങ്ങൾ ഇറങ്ങുമ്പോൾ താഴ് വരയിലുള്ള ഏതോ കടയിൽ നിന്നും എന്തോ കഴിച്ചതും നേർത്ത ഓർമ്മ യുണ്ട്. പിന്നീട് ഉള്ളതൊക്കെയും ഇരുട്ടാണ്. അതിനപ്പുറമുള്ള ഓർമ്മ കളിൽ മുഴുവൻ ആശുപത്രി ഐസിയുവിലെ മോണിറ്ററിന്റെ ബീപ് ശബ്ദങ്ങളാണ്."

"പച്ചനിറമുള്ള ഏതെങ്കിലും വാഹനം/ജീപ്പ് നിങ്ങളെ കടന്നു പോയതായി വല്ലതും..." അവളുടെ ചിന്തകളിലേക്കു ഞാൻ കുറുക്കു വഴി തേടി.

"ക്ഷമിക്കണം...... കഴിയുന്നില്ല..."

"Sir, I think she is very much tired now. Is it okay for the day....?" ഞങ്ങളുടെ ശ്രദ്ധയെ മുറിച്ചു കൊണ്ട് ജൂഹി മുറിയിലേക്ക് തിരി ച്ചെത്തി.

"ശരി റിയ, യൂ ടേക്ക് റെസ്റ്റ്.... ആൻഡ് താങ്ക്യു ഫോർ ഓപ്പണിങ്ങ് അപ്..."

പുറത്തേക്ക് ഇറങ്ങാൻ തുടങ്ങിയ എന്റെ മനം കലുഷിതമായിരുന്നു.

"സർ.... ഒരു നിമിഷം...."

മടക്കിവിളിച്ചുകൊണ്ട് കൈയിലേക്ക് ഒരു കടലാസുകഷ്ണം വെച്ചു തന്നിട്ട് റിയ പറഞ്ഞു

"This is all I have of him..."

Passport holder's name- സിദ്ധാർത്ഥ് വാസുദേവൻ, age 36 years, sex- male

അരികു കീറിയ കടലാസ്സിലെ നരച്ചു തുടങ്ങിയ അക്ഷരങ്ങൾ എന്റെ വാരിയെല്ലിലേക്ക് കൂർത്ത ഞെട്ടലായി തറച്ചുകയറി. സിദ്ധാർത്ഥ് വാസു ദേവൻ..! റിയയുടെ തിരോധാനം ചെയ്ത പങ്കാളിയുടെ പാസ്സ്പോർട്ട് പകർപ്പ് ഈ കടങ്കഥയിൽ ഇതുവരെ ലഭിച്ച ഏറ്റവും ശക്തമായ തെളിവ്.

നന്ദി പറയുവാൻ വാക്കുകൾക്കായി ഞാൻ പരതി.

2018 ജുലായ് 5 വെള്ളി 6.05pm

"**ഇ**തും കൈയിൽ വെച്ചിട്ടാണോ ഇത്രയും ദിവസം അവൾ നമ്മളെയിട്ട് വട്ടം കറക്കിയത്...?" സുധാകറിന്റെ കോപം ഫോണിലൂടെ അണ പൊട്ടിയൊഴുകി.

"മറവി അഭിനയിക്കാനും ഇതുവരെ നമ്മെ ഇതൊന്നും അറിയി ക്കാതെയിരിക്കാനും അവളുടേതായ കാരണങ്ങൾ ഉണ്ടായിരുന്നിരിക്കാം റിയയ്ക്ക്... പിന്നെ അവൾക്കുണ്ടായ പോസ്റ്റ് ട്രോമാ സ്ട്രെസ്സും കാറ്ററ്റോ ണിയയും അംനീഷിയയും പൂർണ്ണമായും നാട്യവുമല്ല. അപകടവും അതിനു തൊട്ടു മുൻപുണ്ടായ കാര്യങ്ങളും അവൾക്ക് ഓർമ്മയില്ല എന്നുള്ളത് യാഥാർത്ഥ്യം തന്നെയാണ്..."

സുഹൃത്തിന്റെ ക്രോധം തണുപ്പിക്കുവാൻ എന്റെ സ്വരത്തിൽ റിയ സുസനോടുള്ള അളവിൽ കവിഞ്ഞ പ്രതിപത്തിയുടെ മിന്നലാട്ടമുണ്ടാ യിരുന്നുവോ? അറിയില്ല. വ്യാഖ്യാനങ്ങൾക്കു സാവകാശം നിഷേധിച്ചു കൊണ്ട് ഞാൻ പെട്ടെന്നു തന്നെ വിഷയം മാറ്റി.

"സിദ്ധാർത്ഥിന്റെ പാസ്സ്പോർട്ട് പകർപ്പുവെച്ച് അയാളെക്കുറിച്ച് എന്തെങ്കിലും വിവരങ്ങൾ അറിയുവാൻ കഴിയുമോ...?"

"At last we now know that there is actually one by the name Siddarth. അവളുടെ ഭാവനാസൃഷ്ടി അല്ല എന്നറിഞ്ഞതു തന്നെ മഹാ ഭാഗ്യം..." സ്വന്തം ഫലിതം തനിച്ച് ആസ്വദിച്ചുകൊണ്ട് സുധാകർ ഇളിഞ്ഞ ചിരി പാസ്സാക്കി.

"തമാശ. കുറഞ്ഞപക്ഷം ഇത് വെച്ച് അയാൾ രാജ്യം വിട്ടിട്ടുണ്ടോ എന്നെങ്കിലും അറിയാമല്ലോ. പാസ്സ്പോർട്ട് നമ്പർ ഈ പകർപ്പിൽ വ്യക്തമാണല്ലോ..." അക്ഷമനായിരുന്നു ഞാൻ.

"പാസ്സ്പോർട്ട് കൊണ്ടുള്ള ഉപയോഗങ്ങൾ ലോകമറിയുന്ന സാമൂഹ്യ പ്രവർത്തകനും സൈക്കോ അനലിസ്റ്റും നന്മയുടെ മൊത്ത വ്യാപാരി യുമായ സാക്ഷാൽ അലക്സ്മോറിസ്സ് സാറിനു ഈ എളിയവൻ പറഞ്ഞു തന്നിട്ടുവേണോ?"

ഏച്ചുകെട്ടിയതുപോലുള്ള സുധാകറിന്റെ വാക്കുകൾ എന്റെ ക്ഷമയെ പരീക്ഷിക്കുവാൻ തുടങ്ങിയിരുന്നു. He was getting on my nerves.

"ചോദിക്കുന്നതിനു മറുപടി പറയെടോ..." ഗർവോടെയുള്ള എന്റെ അലർച്ച കേട്ടിട്ടാകണം അയാൾ മയപ്പെട്ടത്.

"ഓ.കെ, ഞാൻ അന്വേഷിക്കാം. ഇമിഗ്രേഷനിലെ ഡി.കെ. എന്റെ സുഹൃത്താണ്. ഇതു വച്ച് കിട്ടാവുന്ന വിവരങ്ങൾ ശേഖരിക്കാം വിൽ കോൾ ബാക്ക്."

ഡടുതിയിൽ കോൾ വിച്ഛേദിക്കപ്പെട്ടു.

അപ്രതീക്ഷിതമായി ലഭിച്ച തുമ്പ് എന്റെ മനോനിലയെത്തന്നെ ഉഴുതുമറിച്ചിരുന്നു. എവിടെയോ പൊരുത്തക്കേടുകൾ ഉള്ളതുപോലെ. ദുരന്തനായികയുടെ പരിവേഷവുമായി അവതരിപ്പിച്ച കഥാപാത്രം അന്താരാഷ്ട്ര ബന്ധങ്ങൾ ഉള്ള, ഉത്തരാധുനിക കറൻസിയുടെ ഇടപാടുകാരിയായിരുന്നു എന്നെല്ലാമുള്ള തിരിച്ചറിവുകൾ ഇനിയും പൂർണ്ണമായി സ്വീകരിക്കുവാൻ മനസ്സ് പാകപ്പെട്ടിരുന്നില്ല.

റിയ സൂസന്റെ ഭൂതകാലത്തെപ്പറ്റി രണ്ടു സന്ദർഭങ്ങളിലായി അവൾ സ്വമേധയാ പങ്കുവെച്ച ശകലങ്ങളും സുധാകറിൽ നിന്ന് ലഭിച്ച കുറച്ച് അറിവുകളും മാത്രമേ എനിക്കുള്ളൂ എന്ന തിരിച്ചറിവാണ് ഫെയ്സ് ബുക്ക് സെർച്ച് ബോക്സിൽ തിരയാൻ എന്നെ പ്രേരിപ്പിച്ചത്. പുതു തലമുറ അപസർപ്പക കഥകളിലെ വഴിത്തിരിവുകളുടെ മുഖ്യസ്രോത സ്സുകളിൽ ഒന്നാണല്ലോ സോഷ്യൽ നെറ്റ്‌വർക്ക് പ്രൊഫൈലുകൾ. അത്തരത്തിലുള്ളൊരു സാധ്യതയോടു മുഖം തിരിക്കേണ്ടെന്ന് കരുതി. എഴുപത്തിനാലു റിയ സൂസന്മാർ മൗസ് ക്ലിക്കിനപ്പുറം കമ്പ്യൂട്ടർ മോണിറ്ററിൽ തെളിഞ്ഞുവെങ്കിലും അവരാരും ഞാൻ തേടുന്ന നായിക ആയിരുന്നില്ലയെന്നത് എന്നെ നിരാശനാക്കി. ഹതാശയുടെ ധൂമപടലം മനസ്സിനെ വിട്ടൊഴിഞ്ഞപ്പോൾ ബാക്കിയായത് വലിയൊരു ചോദ്യ ചിഹ്നമായിരുന്നു.

"ഇനി ഞാൻ കാണുന്നതൊന്നുമല്ല സത്യമെങ്കിലോ....? What if I am being tricked here..?" ഈ മഹാരാജ്യത്തെ എല്ലാ പൗരന്മാർക്കും സുക്കൻബർഗ്ഗിന്റെ മുഖപുസ്തകത്തിൽ പേജ് ഉണ്ടാവണമെന്നത് പ്രകൃതിനിയമം ഒന്നുമല്ല ആധാർ കാർഡ് കിട്ടാൻ അത് നിർബന്ധവുമല്ല. എങ്കിലും റിയ സൂസൻ എന്ന ഇന്നിന്റെ യുവതിയുടെ ഇന്റർനെറ്റ് അസ്തിത്വം ശൂന്യമാണെന്ന വെളിപാട് അലോസരപ്പെടുത്തുന്ന അറിവ് തന്നെയായിരുന്നു. മുന്നിലേക്കുള്ള വഴികളിൽ ഒന്നുകൂടി സഞ്ചാര യോഗ്യമല്ല എന്ന് ഉറക്കെ പ്രഖ്യാപിക്കുന്ന അറിവ്. ആരോടും അനുവാദം ചോദിക്കാതെ ആമാശയത്തിലെത്തി കലഹക്കൊടി നാട്ടിയ പൊറോട്ടയെ

പോലെ, അതെന്റെ മനസ്സിലങ്ങനെ ദഹിക്കാതെ കിടന്നു. ദീപനത്തെ സഹായിക്കുമെന്നു കരുതിയിട്ടൊന്നുമല്ല ഇന്റർകോമിൽ രജനിയെ ത്തേടിയത്. വിളിക്കണമെന്നു തോന്നി അത്രമാത്രം.

രണ്ടു റിങ്ങിനു ശേഷം അവൾ ഫോണെടുത്തു.

"ജൂഹിയുടെ താമസം ഒക്കെ ഒക്കെയായല്ലോ അല്ലേ....?"

"അതെ സർ റിയയുടെ വില്ലയ്ക്കു അടുത്തുതന്നെയുള്ള സ്യൂട്ട് അവർക്കു അലോട്ട് ചെയ്തു. But, റിയയുടെ സ്യൂട്ടിൽ തന്നെ താമസി ച്ചോളാം എന്നാണവർ പറഞ്ഞത്..."

രജനിയുടെ ശബ്ദത്തിൽ ക്ഷമാപണത്തിന്റെ ലാഞ്ഛന കലർ ന്നിരുന്നു. കാതങ്ങൾ താണ്ടി പുനർജ്ജനിയെ സഹായിക്കാൻ എത്തിയ അവളുടെ യാത്രാക്ഷീണത്തെപ്പറ്റിപ്പോലും അന്വേഷിക്കുവാൻ സമയം വിട്ടുപോയതിന്റെയാകാം അതെന്നു ഞാൻ അനുമാനിച്ചു. നിസ്വാർത്ഥ മതികളായ രജനിയേയും ജൂഹിയേയും പോലുള്ളവരാണ് ഈ നാടിന്റെ നന്മയെ താങ്ങിനിർത്തുന്നത്.

"ഓ.കെ..."

സമാശ്വസിച്ചുകൊണ്ട് ഞാൻ ഫോൺ വയ്ക്കുവാൻ തുനിഞ്ഞപ്പോൾ രജനി തടഞ്ഞു.

"സർ.... ഒരു കാര്യം കൂടി..."

"പറയൂ രജനി... എന്താണ്....?"

"സർ... റിയയ്ക്കു ചെറിയ ഒരു പനിയുടെ ലക്ഷണം ഉണ്ടെന്ന് കാലത്ത് അവളുടെ റൗണ്ട്സ് എടുത്ത ഡോ. അഭിലാഷ് കർത്ത അറിയി ച്ചിരുന്നു. വൈറൽ ഫീവർ ആരംഭം ആണെന്നു സംശയം..." റിയയുടെ വൈറൽ ഫീവറിനെക്കാൾ സമയം ഉച്ചയോടടുത്തിരിക്കുന്നു എന്ന വസ്തുത അപ്പോഴാണ് എന്റെ ശ്രദ്ധയിൽപ്പെട്ടത്.

"ഓ... ഫോളോ അപ്പ് ചെയ്യാൻ അഭിലാഷിനോട് പറയാം... വേറൊന്നു മില്ലല്ലോ..."

"ഇല്ല സർ..."

ഫോൺ നിലച്ചു.

ഒന്നു റിയയെപ്പോയി കണ്ടാലോയെന്നു ആലോചിച്ചു. വേണ്ട, ഇന്ന ലത്തെ ദീർഘസംഭാഷണം അവളെ നല്ല രീതിയിൽ ക്ഷീണിപ്പിച്ചിട്ടു ണ്ടാകും. വിശ്രമിക്കട്ടെ.... ഓഫീസ് ചെയറിലിരുന്ന് പതിയെ സുഷുപ്തി യിലാണ്ടത് അറിഞ്ഞില്ല.

കതകിലെ നിലയ്ക്കാത്ത മുട്ടുകേട്ടാണ് ഞെട്ടി ഉണർന്നത്. ജനാല പ്പടിയിലൂടെ എത്തി ഒളിഞ്ഞുനോക്കിയ സന്ധ്യാസൂര്യൻ സമയം

വൈകീട്ട് ആറുമണി കഴിഞ്ഞിരുന്നു എന്നു വിളിച്ചറിയിക്കുന്നു ണ്ടായിരുന്നു. വാതിൽതുറന്നു വന്ന സുധാകറിന്റെ മുഖമാകെ ഇരുണ്ടി രുന്നു.

"അലക്സ്, There is an issue"

"Tell what is it?"

"ആ പാസ്സ്പോർട്ടിനെപ്പറ്റി അന്വേഷിച്ചു..."

വാചകത്തിന് അർദ്ധവിരാമമിട്ട് സുധാകർ നിർത്തി.

"എന്നിട്ട്....."

"It's invalid Alex...!"

"എന്ത്... അത് വ്യാജമാണെന്നോ....?"

"അല്ല...."

"പിന്നെ...."

"The holder of the passport.. ആ പാസ്സ്പോർട്ടിന്റെ ഉടമ സിദ്ധാർത്ഥ് വാസുദേവ് 7/08/2016ൽ അതായത് രണ്ടു വർഷങ്ങൾക്കു മുൻപ് മരണ പ്പെട്ടു. ആ തീയതി മുതൽ അത് ഇൻവാലിഡ് ആണ്..."

സുധാകറിന്റെ വാക്കുകൾക്ക് കൊടുങ്കാറ്റിന്റെ ശക്തിയുണ്ടാ യിരുന്നു.

2018 ജുലായ് 6 ശനി 8.15am

നിദ്രാദേവിയുടെ കടാക്ഷത്തിൽ നിന്ന് മോചിതനായത് മൂടിക്കെട്ടിയ പ്രഭാതത്തിലേക്കായിരുന്നു. കഴിഞ്ഞ രണ്ടു ദിവസങ്ങളായി കനത്ത മഴയാണ് ഇവിടെ. 'മഴനീർത്തുള്ളികൾ, തനുനീർമുത്തുകൾ' എന്നൊക്കെ കവികളും സിനിമക്കാരും പാടി പുകഴ്ത്തുമെങ്കിലും കാരിക്കാട് തുരുത്തു കാർക്ക് അനുസരണയില്ലാതെ ചന്നംപിന്നം പെയ്യുന്ന മഴ, എന്നും ഒരു ശല്യമാണ്. അവരുടെ പുരയിടങ്ങളെ ചേറും ചളിയുംകൊണ്ട് നിറയ്ക്കു വാൻ, ദുരിതാശ്വാസക്യാമ്പുകളിലേക്ക് അവരെ ആട്ടിപ്പായിക്കുവാൻ വരുന്ന സുന്ദരനായ വില്ലൻ. പുനർജ്ജനി റിസോർട്ടിന്റെ ചില ഭാഗ ങ്ങളിലും പേമാരിയിൽ വെള്ളം കയറാറുണ്ട്. സീസൺ സമയത്ത് ആണെ ങ്കിൽ ചുരുങ്ങിയത് ഒരു ആറു ലക്ഷം രൂപയുടെ എങ്കിലും നഷ്ടമാണ് ഈ മഴ കൊണ്ടുണ്ടാകുക. So, I too have a Love-hate relationship with this rain!

റിയ കേസ്സും ഇപ്പോൾ എന്നിൽ അത്തരത്തിലൊരു വികാരമാണ് ഉണർത്തുന്നത്. സിദ്ധാർത്ഥിന്റെ പാസ്പോർട്ട്, റിയകേസ്സിലെ ഇതുവരെ ലഭിച്ചതിൽ ഏറ്റവും ശക്തമായ തെളിവ് എന്നായിരുന്നു കരുതിയത്. എന്നാൽ അയാൾ രണ്ടു വർഷങ്ങൾക്കു മുൻപ് മരണപ്പെട്ടു എന്ന കണ്ടെത്തലിൽ കാര്യങ്ങൾ കൂടുതൽ സങ്കീർണ്ണമാക്കുന്നു. I badly want to solve this one, but I think I am spectacularly failing. ഈ കേസ്സിന്റെ പിറകെ പോയി എനിക്കുണ്ടാവുന്ന സാമ്പത്തിക നഷ്ടത്തേക്കാൾ എത്രയോ മടങ്ങാണ് ഇത് വരുത്തിക്കൊണ്ടിരിക്കുന്ന സമയനഷ്ടവും മാനസികക്ലേശവും. അഴിക്കുവാൻ ശ്രമിക്കുന്തോറും മുറുകി വരുന്ന കുടു ക്കായിരിക്കുന്നു ഇന്നിത്. എവിടെയോ എന്തൊക്കെയോ ചേർച്ചക്കുറവ് ഉള്ളത് പോലെ. I don't think this Sherlock Holmes role-play is worth it and I believe, it's time to quit.

കുറ്റാന്വേഷകന്റെ വേഷം അഴിച്ചു വെച്ച് പുനർജ്ജനിയുടെ ദൈനം ദിന കാര്യങ്ങളിൽ കൂടുതൽ ശ്രദ്ധ ചെലുത്തുവാൻ മനസ്സാൽ പ്രതിജ്ഞ യെടുത്തുകൊണ്ടാണ് ഒഫീഷ്യൽ ജിമെയിൽ അക്കൗണ്ട് തുറന്നത്. അടിയന്തരശ്രദ്ധ പതിയേണ്ട ഒന്നിലധികം ഇമെയിലുകൾ എന്റെ

മറുപടിയും കാത്തു കിടപ്പുണ്ടായിരുന്നു. ഇരുപത്തിനാല് മണിക്കൂറി നുള്ളിൽ മറുപടി അർഹിക്കുന്ന അവയിൽ ചിലതെല്ലാം അയച്ചിട്ട് മൂന്നും നാലും ദിവസങ്ങൾ കഴിഞ്ഞിരിക്കുന്നു. എല്ലാറ്റിനും മറുപടി കൊടുത്തു ലോഗ് ഔട്ട് ചെയ്യുന്ന വേളയിലാണ് ആ പരസ്യം ശ്രദ്ധച്ചത്.

'KGC Bank'

Experience Next Generation Banking

"ഹലോ, പറയൂ അലക്സ്."

"സുധാകർ, നിങ്ങൾ ഒന്ന് മറൈൻ ഡ്രൈവ് വരെ വരണം."

"ഇപ്പോഴോ?"

"അതെ, ഒരു മണിക്കൂറിനുള്ളിൽ. GCDA Complexനു മുന്നിൽ. പാർക്കിങ്ങിൽ... ഞാൻ അവിടെ ഉണ്ടാകും" - കൂടുതൽ ഒന്നും പറയാതെ ഞാൻ ഫോൺ വച്ചു. ധൃതിയിൽ സുധാകറുമായുള്ള കോൾ കട്ട് ചെയ്യു മ്പോൾ ആ ചിന്ത മാത്രമായിരുന്നു മനസ്സിൽ. ഇത്രയും നല്ലൊരു ലീഡ് മുന്നിലുണ്ടായിരുന്നിട്ടും എന്താണ് ഇതുവരെ ഞങ്ങൾ ഇതിനെ പിന്തുടരാ തിരുന്നത്?

എറണാകുളം നഗരത്തിന്റെ ഏറ്റവും തിരക്കേറിയ ഭാഗം ഏതാണെന്ന ചോദ്യത്തിന് ഉത്തരം നൽകുവാൻ 'ലൈഫ് ലൈൻ' തന്നെ വേണ്ടി വന്നേ ക്കാമെങ്കിലും ഈ മഹാനഗരത്തിന്റെ ഹൃദയം, ഇന്നും റെയിൻബോ ബ്രിഡ്ജും ചീനവലപ്പാലവും ഹൗസ്ബോട്ട് ബ്രിഡ്ജുമെല്ലാം തലയു യർത്തി നിൽക്കുന്ന മറൈൻ ഡ്രൈവ് തന്നെയാണ്. ലുലുമാളും ഒബ്രോ ണുമെല്ലാം രംഗം കയ്യടക്കുന്നതിനു മുൻപ് കൊച്ചിക്കാരനു വമ്പു പറയു വാൻ ഉണ്ടായിരുന്ന സിറ്റിയിലെ ഏക മാളും ഇവിടെയായിരുന്നു - സൈപ്രസ് മാൾ! മാളിലെ 'ആഹിസ്ത കോഫി ഹൗസ്' ആയിരുന്നു തൊണ്ണൂറുകളിലെ നഗരത്തിലെ 'Most happening place!'

കപ്പുച്ചിനോയും കോഫിമോച്ചയും കുടിപ്പിച്ച് നഗരത്തിലെ പോസ്റ്റ് മോഡേൺ കാമുകീ-കാമുകന്മാരിൽ ആഗോളവൽക്കരണത്തിന്റെ ഗുണ ഫലങ്ങളെക്കുറിച്ചുള്ള ധാരണകൾ രൂഢമൂലമാക്കുന്നതിലും സദാചാര പട്ടാളക്കാരുടെ തുറിച്ചുനോട്ടങ്ങളിൽനിന്ന് സംരക്ഷണം നൽകി 'മാംസ നിബദ്ധമായ രാഗത്തിന്റെ' ദാർശനിക തലങ്ങളെപ്പറ്റിയുള്ള 'പ്രായോഗിക പരിശീലനങ്ങൾ'ക്കായി വേദി ഒരുക്കി നൽകുന്നതിലും ആ കാലഘട്ട ത്തിൽ ഈ സ്ഥാപനം വഹിച്ച പങ്ക് ചില്ലറയല്ല.

പഴയ പ്രതാപത്തിന്റെ നിഴൽ മാത്രമെങ്കിലും മാളിന് ഇരുവശവു മായി നിലകൊള്ളുന്ന രണ്ടു വലിയ കെട്ടിടസമുച്ചയങ്ങളിലായാണ് ഇന്നും കേരളത്തിലെ പ്രധാന ബാങ്കുകളുടെ ആസ്ഥാനം. ജിസിഡിഎ (ഗ്രേറ്റർ കൊച്ചിൻ ഡെവലപ്മെന്റ് അതോറിറ്റി)യുടെ ഉടമസ്ഥതയിൽ ആയതു കൊണ്ടു തന്നെ ഈ പ്ലോട്ടുകൾ എല്ലാം പൊതുവിൽ ജിസിഡിഎ കോംപ്ലക്സ് എന്നാണ് അറിയപ്പെടുന്നത്.

കലൂർ എത്തുന്നതിനു മുൻപ് തന്നെ എന്റെ മൊബൈൽ ശബ്ദിച്ചു.

"നിങ്ങൾ എവിടെയാണ് ഹേ...? ഞാനിവിടെ പാർക്കിംഗിൽ ഉണ്ട്."

"സുധാകർ... ഞാൻ ദേ എത്തുന്നു. അഞ്ച് മിനിറ്റ്..."

മെട്രോ വർക്ക് സമ്മാനിച്ച ബ്ലോക്കിനെയും ഏതോ പ്രാദേശിക പാർട്ടി ഇന്ധനവില വർദ്ധനവിനെതിരെ സംഘടിപ്പിച്ച 'ഹൈവേ ഉപരോധ ത്തേയും' അതിജീവിച്ച് ജിസിഡിഎയിൽ എത്തുമ്പോഴേക്കും അരമണി ക്കൂറിൽ അധികം പിന്നിട്ടിരുന്നു. എന്റെ വ്യവസ്ഥിതി ഇല്ലായ്മയിലും ഉത്തരവാദിത്വക്കുറവിലും പ്രതിഷേധിച്ച് സുധാകർ സ്ഥലം കാലിയാക്കി ക്കാണുമെന്ന് പാർക്കിംഗ് ഏരിയയിലേക്കു കാർ തിരിക്കുമ്പോഴേക്കും എനിക്ക് ഏറക്കുറെ ഉറപ്പായിരുന്നു. എന്നാൽ എന്റെ മുൻവിധിയെ കാറ്റിൽപ്പറത്തിക്കൊണ്ട് മുഖത്ത് പുഞ്ചിരിയും കയ്യിൽ ഒരു ജ്യൂസ് ഗ്ലാസുമായി പിന്നിലെ കായലിന്റെ ഭംഗി ആസ്വദിച്ചെന്നോണം ജിസിഡിഎ കവാടത്തിൽ എന്നെയും കാത്തു നിൽപ്പുണ്ടായിരുന്നു. ക്ഷമാപണ പ്രസംഗത്തിന്റെ മുഖവുര തുടങ്ങുമ്പോഴേക്കും അയാളുടെ കമന്റ് എത്തി.

"തനിക്കു എന്തു പറ്റിയെടോ? എന്തിനാണ് രാവിലെ തന്നെ ഇവിടേക്ക് വരുത്തിയത്?"

"വരൂ," KGC Bankന്റെ ഓഫീസ് ലക്ഷ്യമാക്കി ഞാൻ സുധാകറി നെയും കൂട്ടി നടന്നു.

പ്രൈവറ്റ് കോർപ്പറേറ്റ് ബാങ്കുകളുടെ ആർഭാടമൊന്നും നാലാം നില യിലെ കുട്ടിക്കാനം ഗ്രാമീണ സഹകരണ ബാങ്കിന്റെ ഹെഡ് ഓഫീസിനു അവകാശപ്പെടാൻ ആവുമായിരുന്നില്ല എങ്കിലും കേന്ദ്രീകൃത ശീതീ കരണവും ആംഗലേയ ബ്രാൻറിംഗും മിനുസമുള്ള സോഫകൾ സജ്ജീ കരിച്ച വെയിറ്റിംഗ് ലോബിയും ഒക്കെയായി ഒരു പാതി ശ്രമം അവർ നടത്തിയിട്ടുണ്ടെന്നത് വ്യക്തമായിരുന്നു.

റിസപ്ഷൻ കൗണ്ടറിൽ ബാങ്കിന്റെ ലോഗോ പതിപ്പിച്ച ടിഷർട്ടിനു കുറുകെ 'രഞ്ജിനി ദിനകർ' എന്ന നെയിം ടാഗും ചുണ്ടിൽ കൃത്രിമ ച്ചിരിയും കയ്യിൽ ഒരു കെട്ടു ബ്രോഷറുകളും സ്വന്തമായി ഉണ്ടായിരുന്ന പെൺകുട്ടി ഞങ്ങളെ സമീപിച്ചു.

"Sir, How can I help You?"

"എം.ഡി.യെ ഒന്ന് കാണാനാണ്."

"അപ്പോയിൻമെന്റ് ഉണ്ടോ?"

"അപ്പോയിൻമെന്റ് ... അത്..."

"ഞങ്ങൾ Times'ൽ നിന്നാണ്. സാറിന്റെ ഒരു ഇന്റർവ്യൂവിനാണ്." കീശയിൽ നിന്ന് സ്വന്തം കാർഡ് എടുത്തു പ്രദർശിപ്പിച്ചുകൊണ്ട് സുധാകർ ഒരു അപ്രതീക്ഷിത പ്രഖ്യാപനം നടത്തി. പത്രക്കാർ, ഇന്റർവ്യൂ എന്നൊക്കെ കേട്ടത് കൊണ്ടാണോ സുധാകറിന്റെ വ്യക്തിത്വത്തിൽ

ഹാദാകൃഷ്ടയായതിനാൽ ആണോ എന്നറിയില്ല, രഞ്ജിനി ദിനകറിന്റെ മുഖം ഒന്ന് തെളിഞ്ഞു.

"ഇരിക്കൂ സർ... ഞാൻ അദ്ദേഹത്തെ ഒന്ന് അറിയിക്കട്ടെ.."

അവൾ ഇന്റർകോമിലൂടെ ഒരു മിനിറ്റ് നേരം എന്തൊക്കെയോ സംസാരിച്ചു. അങ്ങേ തലയ്ക്കൽ അവളുടെ എം.ഡി. ആയിരുന്നി രിക്കണം. ഏതാനും നിമിഷങ്ങളുടെ കാത്തിരിപ്പിനും ഓരോ കപ്പ് കാപ്പിക്കും ശേഷം ഞങ്ങൾ കെ.ജി.സി. ബാങ്ക് എം.ഡി. ശ്രീമാൻ ജയേഷ് കൈതമറ്റത്തിന്റെ ക്യാബിനിലേക്ക് ക്ഷണിക്കപ്പെട്ടു.

"നിങ്ങൾ പത്രക്കാർ ആണല്ലേ?"

ഞങ്ങൾക്ക് എന്തെങ്കിലും പറയുവാൻ കഴിയുന്നതിനു മുൻപ് തന്നെ എന്തോ വലിയ രഹസ്യം കണ്ടെത്തി എന്ന മട്ടിൽ ഊറിച്ചിരിച്ചുകൊണ്ട് കൈതമറ്റം ചോദിച്ചു. വെള്ള സിൽക്ക് ജുബ്ബയും സ്വർണ്ണ ചെയിനും ഒക്കെ ആയി 'ആകെ മൊത്തം ഒരു പ്രാഞ്ചി ഏട്ടൻ സ്റ്റൈലി'ലാണ് പുള്ളിയുടെ ഇരുപ്പ്.

"യെസ്, ടൈംസീന്നാണ്..."

സുധാകറിന്റെ ബലത്തിൽ ഞാൻ ഏറ്റു പിടിച്ചു.

"ഇന്റർവ്യൂ ആണല്ലേ?"

"അതെ. കേരളത്തിലെ സഹകരണ ബാങ്കുകളുടെ വിജയത്തെ ക്കുറിച്ച് ഒരു ഫീച്ചർ ഞങ്ങൾ ചെയ്യുന്നുണ്ട്. അതിന്റെ ഭാഗമായി... സാറിനു വിരോധം ഇല്ലെങ്കിൽ ഒരു ബൈറ്റ് വേണമായിരുന്നു."

മാർലൻ ബ്രോണ്ട് തോൽക്കുന്ന അഭിനയചാതുരി പുറത്ത് എടുത്തുകൊണ്ട് ഞാൻ കത്തിക്കയറി.

"ഈ പത്രക്കാർ ഇപ്പൊ ഒരു ശല്യമാണ് എന്നേ... മിക്ക ആഴ്ചയും വരും ആരേലും ഒക്കെ ഇന്റർവ്യൂ എന്നും പറഞ്ഞു. ഞാൻ അങ്ങനെ ഗൗനിക്കാറില്ല ആരേം... നിങ്ങൾ..."

"സോറി സർ, ബുദ്ധിമുട്ടാണെങ്കിൽ..." എഴുന്നേൽക്കാൻ ഭാവിച്ചു സുധാകറിന്റെ വിനയ പ്രകടനം.

"ഹേയ്, നിങ്ങൾ ടൈംസ് ഇൽ നിന്നല്ലേ.. നിങ്ങൾ ഇരിക്ക്."

മികച്ച സ്വഭാവ നടനുള്ള ഓസ്കാർ വാങ്ങി വീട്ടിൽ വെയ്ക്കുവാൻ കടുത്ത മത്സരം ആണ്, കൈതമറ്റവും സുധാകറും തമ്മിൽ.

"അത്... ഒരു ചെറിയ പ്രശ്നം ഉണ്ടല്ലോ"

കൈതമറ്റം ക്ഷമാപണ സ്വരത്തിൽ പറഞ്ഞു

"എന്താണ് സർ, എന്തുപറ്റി?"

കരുണ രസം വാരി വിതറിക്കൊണ്ട് സുധാകറിന്റെ വക ഡയലോഗ് ഡെലിവറി.

"അല്ല... എന്റെ സ്പോക്കൺ ഇംഗ്ലീഷ് ഇത്തിരി വീക്ക് ആണ്. ഞാൻ മലയാളത്തിൽ ഉത്തരം പറഞ്ഞാൽ മതിയോ? നിങ്ങള് ഇംഗ്ലീഷ് പത്ര ക്കാർ ആയതുകൊണ്ട്...?"

"അത്രേ ഉള്ളോ... അതിനെന്താണ് സർ... അങ്ങയെപോലുള്ള മഹാന്മാർ എങ്ങനെ പറയുന്നു എന്നത് അല്ലല്ലോ എന്ത് പറയുന്നു എന്നതിൽ അല്ലേ കാര്യം... സർ പറയുന്നതൊക്കെ ഞങ്ങൾ പിന്നീട് ഇംഗ്ലീഷിലേക്ക് ആക്കി കൊള്ളാം..."

ചിരി മറയ്ക്കുവാൻ പാടുപെട്ടുകൊണ്ട് ഞാൻ എങ്ങനെയോ പറഞ്ഞൊപ്പിച്ചു.

പിന്നീടുള്ള ഒരു മണിക്കൂർ താൻ പഠിച്ചിരുന്ന ആശാൻ പള്ളിക്കുട ത്തിന്റെ സൂക്ഷ്മവിവരണം മുതൽ അവസാനമായി വീട്ടിൽ കൊണ്ടുവന്ന വളർത്തുനായയുടെ ദിനചര്യ അടക്കം വിസ്തരിച്ചു കൈതമറ്റം ഞങ്ങളെ സംപൂജ്യരാക്കി. ഓരോ ബോറൻ കഥ കഴിയും തോറും കൂടുതൽ കൂടുതൽ പറയുവാൻ അയാളെ പ്രോത്സാഹിപ്പിച്ചുകൊണ്ട് സുധാകർ എരിതീയിൽ എണ്ണ ഒഴിച്ചുകൊണ്ടിരുന്നു. മുറി ഇംഗ്ലീഷിലും അച്ചടിമലയാളത്തിലും ആയി കൈതമറ്റം കത്തി കയറുകയാണ്. അയാൾ പരമാവധി 'ലൂസേൻഡ് അപ്പ്' ആയി എന്ന് ഉറപ്പു വരുത്തി ഞാൻ ചൂണ്ട എറിഞ്ഞു.

"സർ കുറച്ചുനാൾ മുൻപ് പാലി ഹില്ലിൽ ഒരു ബസ്സ് അപകടം നടന്നിരുന്നുവല്ലോ."

കൈതമറ്റം ഒരു നിമിഷത്തേക്ക് ഒന്ന് പകച്ചുവോ? അതോ എനിക്ക് തോന്നിയതോ?

"അതെ ഞാൻ ഓർക്കുന്നു."

"അതിൽ രക്ഷപ്പെട്ട പെൺകുട്ടിയുടെ കയ്യിൽ നമ്മുടെ ബാങ്കിന്റെ പാസ്സ് ബുക്ക് ഉണ്ടായിരുന്നു"

"അതെ... അതിന്?"

"അല്ല, ഞങ്ങൾ എല്ലാം ചോദിക്കുന്ന കൂട്ടത്തിൽ ചോദിക്കുന്നു എന്നേ ഉള്ളൂ. സാറിന്റെ ബാങ്കിന്റെ റൂൾസിന് എതിരാണ് എങ്കിൽ പറയേണ്ട..." ഞാൻ സുധാകറിനു നേർക്ക് കണ്ണയച്ചു.

"എന്ത് റൂൾസ്... നിങ്ങൾ ചോദിക്ക് ഭായ്. നമ്മൾ ഇപ്പോൾ സുഹൃത്തുക്കൾ ആയില്ലേ...?"

പാഴാക്കിക്കളഞ്ഞ ഒരു മണിക്കൂർ നേരം നല്ല ഇൻവെസ്റ്റ്മെന്റ് ആയിരുന്നു എന്ന് എനിക്ക് ആദ്യമായി തോന്നി.

"ബുദ്ധിമുട്ടില്ലെങ്കിൽ ആ പെൺകുട്ടിയുടെ അക്കൗണ്ട് ക്രെഡൻ ഷ്യൽസ് ഞങ്ങളുമായി ഒന്ന് ഷെയർ ചെയ്യാമോ?"

"എന്ത്?"

'ബാധ കയറിയ' വെളിച്ചപ്പാടിനെപ്പോലെ പൊടുന്നനെ കൈതമറ്റ ത്തിന്റെ മുഖഭാവം മാറി.

"ഞാൻ ഉദ്ദേശിച്ചത് അക്കൗണ്ട് തുടങ്ങുന്നതിനായി അവൾ സമർ പ്പിച്ച ജനന തീയതി, വിലാസം ഒക്കെ അടങ്ങിയ രേഖകൾ... ആധാർ മുതലായവയുടെ പകർപ്പ് തരാമോ എന്നാണ്."

അമളി തിരിച്ചറിഞ്ഞു ഞാൻ മിന്നൽ വേഗത്തിൽ തിരുത്താൻ ശ്രമിച്ചു.

ഒരു നിമിഷം ആലോചനയിൽ മുഴുകിയ ശേഷം കൈതമറ്റം എനിക്ക് നേരെ തിരിഞ്ഞു.

"കസ്റ്റമർ ഡീറ്റയിൽസ് പങ്കു വെക്കുന്നത് ബാങ്കിന്റെ നിയമങ്ങൾക്കു എതിരാണ്. എന്നാലും നമ്മൾ ഇത്രയും പരിചയത്തിൽ ആയ സ്ഥിതിക്ക് ഞാൻ നിങ്ങൾക്ക് വേണ്ടതൊക്കെ തന്നേനേ. പക്ഷേ അതുകൊണ്ട് ഇനി വലിയ പ്രയോജനം ഒന്നും ഉണ്ടാകുമെന്ന് തോന്നില്ല." കൈതമറ്റം പറഞ്ഞു നിർത്തി.

"അതെന്താണ് സർ?"

ഇത്തവണ സുധാകർന്റെ അമ്പരപ്പ് നാട്യമായിരുന്നില്ല.

"ആർ.ബി.ഐ. നിർദ്ദേശ പ്രകാരം ഉപഭോക്താക്കളുടെ കെ വൈ സി ശേഖരിക്കുന്ന പ്രക്രിയ ബാങ്ക് തുടങ്ങിയിരുന്നു. അതിനെ തുടർന്ന് ചില അക്കൗണ്ടുകളെല്ലാം ബ്ലാക്ക്ലിസ്റ്റ് ചെയ്യപ്പെട്ടിരുന്നു."

"ബ്ലാക്ക് ലിസ്റ്റ്?"

"മതിയായ തിരിച്ചറിയൽ രേഖകൾ ഇല്ലാതിരുന്ന നൂറ്റിഎഴുപത്തി അഞ്ചോളം അക്കൗണ്ടുകൾ ബ്ലോക്ക് ചെയ്യേണ്ടി വന്നു എന്ന്."

കൈതമറ്റം വ്യക്തമാക്കി.

"അപ്പോൾ...? തിരിച്ചറിയൽ രേഖകൾ ഇല്ലാതെ ആണോ ഈ അക്കൗണ്ടുകൾ എല്ലാം തുടങ്ങിയത്?"

"അങ്ങനെ അല്ല." എംഡി ഇരുന്നു പരുങ്ങി.

"നോക്കൂ ഭായ്... ഞങ്ങളുടെ ബാങ്ക് താരതമേന്യ ഒരു ചെറിയ സ്ഥാപനം ആണ്. കയറു പിരിച്ചും തേയിലത്തോട്ടങ്ങളിൽ പണി എടുത്തും കിട്ടുന്ന ചെറിയ വരുമാനം ഡിപ്പോസിറ്റ് ചെയ്യുന്ന തൊഴിലാളി കളാണ് ഉപഭോക്താക്കളിൽ ഭൂരിപക്ഷവും. ഇവരുടെ ഒക്കെ ജാതകവും ഭൂമിശാസ്ത്രവും നോക്കാൻ നിന്നാൽ ഞങ്ങളുടെ ബിസിനസ്സ് നടക്കില്ല. അപ്പോൾ ഉള്ളത് വെച്ച് കണ്ണടക്കേണ്ടി വരും – ചിലപ്പോഴൊക്കെ..."

കൈതമറ്റം പറയാതെ പറഞ്ഞത് എന്താണെന്നു ഗ്രഹിക്കുവാൻ എനിക്ക് കുറച്ചു സമയം വേണ്ടി വന്നു.

"അപ്പോൾ കെ വൈ സി?" സുധാകർ ധന്യാത്മകമായി കനപ്പിച്ചു ചോദ്യ ചോ മൂളി.

"അതാണ് ഞാൻ പറഞ്ഞത്. റിസർവ് ബാങ്ക് അത് നിർബന്ധ മാക്കിയപ്പോൾ യഥാർത്ഥ രേഖകൾ ഇല്ലാതിരുന്ന 175 അക്കൗണ്ടുകൾ ബ്ലോക്ക് ചെയ്യേണ്ടി വന്നൂന്ന്... അക്കൂട്ടത്തിൽ നിങ്ങൾ ചോദിച്ച ആ പെൺകുട്ടിയുടെ..."

"റിയ സൂസൻ"

"അതെ. അവളുടെ അക്കൗണ്ടും."

"അവൾ രേഖകൾ ഒന്നും സമർപ്പിച്ചിരുന്നില്ലേ?"

"തന്നിരുന്നു. പക്ഷേ അതിലെ തിരിച്ചറിയൽ രേഖ അടക്കം വ്യാജം ആണെന്ന് ഞങ്ങളുടെ ഇന്റേർണൽ ആഡിറ്റേഴ്സ് കണ്ടെത്തിയിരുന്നു."

"ദാറ്റ് മീൻസ്...?"

"She is not Riya Susan; That lady is someone else."

ഞാൻ ആ ബോംബ് ഇട്ടു.

കഴുത്തിലെ സ്വർണ്ണച്ചങ്ങലയിൽ തലോടിക്കൊണ്ട് കൈതമറ്റം എന്റെ കണ്ടെത്തലിനെ ശരി വച്ചു. സുധാകർ പെട്ടെന്ന് കർമ്മനിരതനായി. കാർക്കശ്യക്കാരനായ യോദ്ധാവിനെപ്പോലെ ആ അമ്പ് എയ്തു.

"ഇത്രയും ബ്ലോക്ക്ഡ് അക്കൗണ്ടുകളിൽ റിയ സൂസന്റെ അക്കൗണ്ടും ഉൾപ്പെട്ടിരുന്നു എന്ന് സർ കൃത്യമായി എങ്ങനെ ഓർത്തെടുത്തു?" അർത്ഥഗർഭമായി പുഞ്ചിരിച്ചു കൊണ്ട് കൈതമറ്റം പരിച ഉയർത്തി. "മൂന്ന് ആഴ്ച മുൻപ് ഇതേ ചോദ്യവുമായി പൊലീസ് ഇവിടെ വന്നിരുന്നു."

"അപ്പോൾ ശരി സർ, ഞങ്ങൾ ഇറങ്ങട്ടെ. വിലപ്പെട്ട സമയത്തിന് നന്ദി."

തൊഴുതുകൊണ്ട് എഴുന്നേറ്റ ഞങ്ങൾ ക്യാബിൻ ഡോർ ഹാൻഡി ലിൽ കൈവെച്ചപ്പോഴേക്കും പിന്നിൽ നിന്ന് ഗംഭീര ഭാവത്തിൽ കൈതമറ്റ ത്തിന്റെ ശബ്ദം മുഴങ്ങി.

"ഞാൻ ചോദിക്കുന്നതിനു നിങ്ങൾ സത്യം പറയണം."

"എന്താണ് സർ"

ഞങ്ങളുടെ കള്ളം കയ്യോടെ പിടിക്കപ്പെട്ടു എന്ന ബോധ്യത്തിൽ ഞാൻ തിരിഞ്ഞു. സ്വർണ്ണം കെട്ടിയ അണപ്പല്ല് ഉള്ള മോണ കാട്ടി അയാൾ ചോദിച്ചു.

"ഈ ഫീച്ചർ പത്രത്തിൽ ഇടുമ്പോൾ എന്റെ ഒരു ഫോട്ടോ കൂടി കൊടുക്കാമോ?"

ഭാഗം രണ്ട്

ജെനി

"**സ്വ**പ്നങ്ങൾക്ക് നിറമുണ്ടോ?"

"ബുദ്ധിയുടെ നിറം എന്താണ്?"

ബുദ്ധിജീവി ആണെന്ന് സ്വയം വിശ്വസിച്ചാൽ മാത്രം പോരാ, മറ്റുള്ള വരിൽ കൂടി ആ പ്രപഞ്ചസത്യം ഒന്ന് കൂടെക്കൂടെ ഓർമ്മിപ്പിക്കണം എന്ന ഉൾവിളി അതിശക്തമാവുമ്പോൾ അവൻ എന്റെ മുന്നിൽ പ്രത്യക്ഷപ്പെടു ന്നത് ഇത്തരം കുഴപ്പിക്കുന്ന ചോദ്യങ്ങളായിട്ടാണ്. ഇല്ലാത്ത എൻട്രൻസ് പരീക്ഷയുടെ, ഒരിക്കലും വരാൻ സാധ്യത ഇല്ലാത്ത മൾട്ടിപ്പിൾ ചോയ്സ് ക്വസ്റ്റ്യൻസ് എന്ന മട്ടിൽ എന്റെ മുന്നിലേക്ക് അവൻ എറിയുന്ന ഇജ്ജാതി പ്രശ്നോത്തരികൾക്ക് മൂഡ് അനുസരിച്ച് ഞാൻ പല ഉത്തരങ്ങളാണ് നൽകാറുള്ളത്.

"അവൻ, അവൻ എന്ന് ഞാൻ ഇങ്ങനെ നൂറു ആവർത്തി പറയു മ്പോൾ സ്വാഭാവികമായും നിങ്ങൾക്ക് തോന്നുന്നുണ്ടാവും ഈ അവൻ എന്റെ ഏതോ കാമുകനോ കളിക്കൂട്ടുകാരനോ ആണെന്ന്. മാപ്രാണം സെന്റ് ഗ്രിഗോറിയൻ ഇംഗ്ലീഷ് മീഡിയം ഹൈസ്കൂളിന്റെ തേർഡ് ബി യിലെ ക്ലാസ്മോണിറ്ററും സ്കൂളിന്റെ അടുത്ത റാങ്ക് പ്രതീക്ഷയും പ്രേമ രോഗം മൂത്ത് കത്തെഴുത്തുകാരായി പരിണമിച്ചു കാമുക വേക്കൻസി ക്കായി വെയിറ്റ് ചെയ്യുന്ന ഒരു ഡസനോളം ചെറുക്കന്മാർക്ക് ഇതി നോടകം റിജക്ഷൻ ലെറ്റർ നിർദാക്ഷിണ്യം പോസ്റ്റ്ചെയ്തു കഴിഞ്ഞവളു മായ എനിക്ക് 'ലോക്കൽ അനുരാഗ'ത്തിന് ഒന്നും താത്പര്യം ഇല്ലാഞ്ഞി ട്ടല്ല, ഇപ്പോൾ അതൊന്നും എന്റെ അജണ്ടയിലില്ല അത്ര തന്നെ! ഇനി കൊള്ളാവുന്ന ഒരു ചുള്ളൻ വന്നു പുതിയ അപ്ലിക്കേഷൻ തന്നു ചലാൻ അടച്ചാൽ അജണ്ട പുനർനിർവചിക്കപ്പെടുമോ എന്നൊക്കെ ചോദിച്ചാൽ, അതിനും അവന്റെ അനുവാദം വേണം എന്നാകും ഉത്തരം!

ഇത്രയും 'ബിൽഡ് അപ്പ്' കൊടുക്കുന്ന' ഈ 'അവൻ' ആരാണ് എന്നാവും ഇപ്പോഴും നിങ്ങൾ ആലോചിക്കുന്നത്. റോണി തോമസ് – ഞാൻ ഈ അഖിലാണ്ഡമണ്ഡലത്തിൽ റിലീസ് ആകുന്നതിനും ഒരു വർഷത്തിനും പതിനൊന്നു മാസങ്ങൾക്ക് മുൻപ് വാകത്താനംകാരായ

81

ജേക്കബ് മണിമറ്റത്തിനും ഭാര്യ ഡെയ്സി ജേക്കബ് നും 'പപ്പ'യെന്നും 'മമ്മ'യെന്നും സ്ഥാനം നേടിക്കൊടുത്തവൻ, എന്റെ ഒരേ ഒരു കൂടപ്പിറപ്പ്! അവനാണ് ഈ ലോകത്തിൽ എന്റെ ഏറ്റവും വലിയ ശക്തിയും കരുതലും.

"ജെനീ..." നീട്ടി വിളിച്ചുകൊണ്ട് തോളത്തു തൂങ്ങിയിരുന്ന ക്രിക്കറ്റ് കിറ്റ് ഗോവണിക്കടിയിലെ യൂട്ടിലിറ്റി റാക്കിലേക്ക് നീട്ടി എറിഞ്ഞു വിയർപ്പിന്റെ മണമുള്ള കാറ്റിനൊപ്പം റോണി കതകു തുറന്നു വന്നു.

"എനിക്ക് വിശക്കുന്നു. നീ എന്തെങ്കിലും എടുത്തു താ, കഴിക്കാൻ."

"ആദ്യം നീയാ ദേഹത്തെ ചളിയും മണ്ണും ഒക്കെ ഒന്ന് തേച്ചു കളഞ്ഞു മെന ആയിട്ട് വാ... വല്ല ആസ്തമയും പിടിക്കും. സച്ചിൻ ടെണ്ടുൽക്കർ ആണെന്നാണ് ഭാവം."

"പോടീ..." എന്റെ കളിയാക്കലിന്റെ നീരസം പാവം കതകിനോട് പ്രകടിപ്പിച്ചു റോണി സ്റ്റെയർ കയറി കുളിമുറിയെ ലക്ഷ്യം വെച്ച് നടന്നു.

"**ഇ**തും കൂടെ കഴിക്കൂ." നാലാമത്തെ ദോശയെ റോണിയുടെ പ്ലേറ്റി ലേക്ക് ഇട്ടു കൊടുത്തു ഞാൻ നിർബന്ധിച്ചു.

"മതിയെടീ, ഇനീം തിന്നാൽ ഞാൻ ആ അദ്നാൻ സാമിയെ പോലാവും."

"ഓ, പിന്നെ. ഇപ്പോൾ നീ വലിയ 'ജോണ്ടി റോട്സ്' ആണല്ലോ. പെൺപിള്ളാര് ക്യൂ നിലക്കുവല്ലേ പ്രേമലേഖനവുമായി."

എന്റെ കമന്റ് അവന്റെ മുഖം നാണംകൊണ്ട് ചുവന്നു തുടുപ്പിച്ചു.

"എന്താടാ നിന്റെ മുഖത്തൊരു നാണം. ആരേലും കൊരുത്തോ?"

"അത്..."

"എനിക്കൊരു..." റോണി മുഴുമിപ്പിക്കുന്നതിനു മുൻപ് കാളിംഗ് ബെല്ലിലെ കുരുവിയുടെ ശബ്ദം ഞങ്ങൾക്കിടയിലേക്ക് പാറിപ്പറന്നു വന്നു.

"പപ്പയും മമ്മയും ആയിരിക്കും. നീ കഴിക്കൂ. ഞാൻ പോയി തുറക്കാം."

ബിസിനസ്സ് പാർട്ട്ണറെ കാണാനായി ഇരുവരും അതിരാവിലെ കൊച്ചിക്ക് പുറപ്പെട്ടതാണ്. അച്ഛന്റെ ഹോട്ടൽ ബിസിനസ്സിൽ എന്തൊ ക്കെയോ കുഴപ്പങ്ങൾ ഉണ്ടെന്നു കാലത്തെ മമ്മിയുടെ സംസാര ത്തിൽനിന്ന് സൂചന കിട്ടിയിരുന്നു. ഡോർ തുറന്നു അകത്തു വന്ന മമ്മി യുടെ കണ്ണുകൾ കരഞ്ഞു കലങ്ങിയിരുന്നു.

"എന്തുപറ്റി മമ്മീ? എന്താണ് മുഖം വല്ലാതെ ഇരിക്കുന്നത്?"

എന്റെ ചോദ്യത്തിന് പപ്പയാണ് മറുപടി പറഞ്ഞത്.

"മോളെ, നീ പോയി ഡ്രസ്സ് ഒക്കെ എടുത്തുവെയ്ക്ക്. നമ്മൾ ഒരു ദൂരയാത്രയ്ക്ക് പോവ്വാണ്..."

"എങ്ങോട്ടാ പപ്പാ?"

"ജെനി നീ പറഞ്ഞത് ചെയ്യ്. റോണീ, ചാച്ചന്റെ ബാഗും പായ്ക്ക് ചെയ്യാൻ ചെന്ന് സഹായിക്കൂ. നമുക്ക് രണ്ടു മണിക്കൂറിനുള്ളിൽ ഇറങ്ങണം"- പപ്പായുടെ സ്വരം ഇടറിയിരുന്നു.

എന്തോ സംഭവിച്ചിട്ടുണ്ട്. ഉള്ളിൽ എവിടെയോ പതുങ്ങിയ ഭയം പുറത്തേക്ക് ഇരച്ചുവരുന്നു. അതിനു അകമ്പടിയെന്നോണം തീൻമേശ യിൽ ദോശയെ ഉപേക്ഷിച്ച് റോണി എന്റെ അരികിലേക്ക് വിളറിയ മുഖവുമായി എത്തി.

"ജെനീ, പപ്പയ്ക്കും മമ്മക്കും എന്നാ പറ്റിയേ?"

"നമ്മൾ ഒരു യാത്ര പോവുന്നു..."

"എവിടേക്ക്?"

അവന്റെ ആ ചോദ്യത്തിന് എനിക്ക് ഉത്തരം ഇല്ലായിരുന്നു.

ജെനി 1998 ജൂൺ 9

പപ്പയുടെ ഏക സഹോദരി ജാനറ്റ് ആന്റിയുടെ ഡോണാപ്പോളയിലെ വില്ലയിൽ ഞങ്ങളുടെ യാത്ര അവസാനിക്കുമ്പോഴും എന്താണ് സംഭവി ച്ചത് എന്ന് എനിക്കോ റോണിക്കോ യാതൊരു ധാരണയും ഉണ്ടായിരു ന്നില്ല. യാത്രയിൽ ഉടനീളം പപ്പയും മമ്മയും പുലർത്തിയ നിശ്ശബ്ദത ഞങ്ങളെ ഭയപ്പെടുത്തിയിരുന്നു.

പപ്പയേയും മമ്മയേയും അവരുടെ രണ്ടു പെട്ടികളെയും മുകൾ നിലയിലെ ഗസ്റ്റ് റൂമിന്റെ സ്വകാര്യതയിലേക്കു സുരക്ഷിതമായി എത്തി ക്കാൻ വേലക്കാരൻ പയ്യൻ കിഷനു നിർദേശം കൊടുത്തിട്ട് ജാനറ്റ് ആന്റി എന്നെയും റോണിയേയും തീൻമേശയ്ക്ക് മുന്നിലേക്ക് ഇരുത്തി.

"മക്കളെ നിങ്ങള് വല്ലതും കഴിച്ചാർന്നോ?"

"ഇല്ല" എന്ന് പറയാൻ ആത്മാഭിമാനം അനുവദിച്ചില്ല. മറുപടി മൗന ത്തിൽ ഒതുക്കി.

"വിശക്കുന്നുണ്ട്." റോണിക്ക് ദുരഭിമാനച്ചങ്ങലയുടെ ബന്ധനമില്ല.

"നിങ്ങളിരിക്ക്, ഞാൻ ഇപ്പോൾ റെഡി ആക്കാം. അല്ലെങ്കിൽ വേണ്ട, കിഷനോട് പറയാം, റസ്റ്റോറന്റിൽ നിന്ന് എടുപ്പിക്കാൻ."

ജാനറ്റ് ആന്റിയുടെ ഭർത്താവും ഞങ്ങളുടെ ചാച്ചനും ആയിരുന്ന സിറിയക്ക് അങ്കിൾ പാൻക്രിയാസ്സിൽ അസുഖം ബാധിച്ചു മരിക്കുമ്പോൾ അവർ ഇവിടെ ഗോവയിൽ റെസ്റോ-ബാർ തുടങ്ങിയിട്ടേ ഉള്ളൂ. മകൻ ആന്ദ്രെയും അന്ന് നന്നേ ചെറുത്. കിട്ടിയ വിലയ്ക്ക് സ്ഥാപനം ആർക്കെ ങ്കിലും വിറ്റു ആന്റി നാട്ടിലേക്ക് മടങ്ങും എന്നാണ് ഞങ്ങളെല്ലാം കരുതിയത് എങ്കിലും അതുണ്ടായില്ല. രണ്ടുമുറി ഷാക്കിൽ നിന്നും ഇന്ന് പതിനഞ്ചോളം ജീവനക്കാരുമായി സ്ഥാപനം വളർന്നെങ്കിൽ അതിനു വളമായത് ആന്റിയുടെ ദീർഘവീക്ഷണവും കഠിനാധ്വാനവും മാത്രമാണ്. എല്ലാറ്റിനും ഉപരി മുകളിൽ ഉള്ളവന്റെ കൃപയും.

കിഷൻ റസ്റ്റോറന്റിൽ നിന്ന് എത്തിച്ചു നൽകിയ ഫുൽക്ക എനിക്കും റോണിക്കുമായി വിളമ്പിക്കൊണ്ട് ആന്റി പറഞ്ഞു.

"നിങ്ങൾ അവരോടു ഒന്നും ചോദിക്കണ്ട."

"ആരോട്?" പോർസിലൈൻ പ്ലേറ്റിൽനിന്നും തല ഉയർത്തി റോണി ചോദിച്ചു.

"നിങ്ങടെ പപ്പയോടും മമ്മയോടും"

"അതെന്താ"

"കൊറച്ചു നാള് കൊണ്ട് എല്ലാം ശരിയാകും" ഞങ്ങളുടെ മറുപടി ക്കായി കാത്തുനിൽക്കാതെ ആന്റി അടുക്കളയിലെ തിരക്കുകൾക്ക് പിന്നിലേക്ക് ഒളിച്ചു.

പപ്പയെ ബിസിനസ്സ് പാർട്ട്ണർ ചതിച്ചതാണെന്നും അയാൾ വരുത്തി വെച്ച സാമ്പത്തിക ബാദ്ധ്യതകളോട് ബാങ്കുകൾ പ്രതികരിച്ചത് ഞങ്ങളുടെ വീടും കടയും ജപ്തി ചെയ്യുവാനുള്ള തീരുമാനം എടുത്തു കൊണ്ടാണെന്നും അവശേഷിച്ച ആത്മാഭിമാനം കൂടി ജപ്തി നടപടി കൾക്ക് വിട്ടു കൊടുക്കാതെ ഇരിക്കുവാൻ ഞങ്ങളെയും കൊണ്ട് പപ്പ ജാനെറ്റ് ആന്റിയുടെ അരികിൽ അഭയം പ്രാപിച്ചതാണെന്നും എനിക്ക് മനസ്സിലാവാൻ പിന്നെയും കുറെ ദിവസങ്ങളെടുത്തു.

ഇവിടെ വന്ന ആദ്യ ദിവസങ്ങളിൽ പപ്പ തികച്ചും മൂകനായിരുന്നു. ഏതു നേരവും മുറി അടച്ചു ഒറ്റ ഇരിപ്പ്. ഞാനോ റോണിയോ ഒരുപാട് നിർബ്ബന്ധിച്ചാൽ മാത്രം പുറത്തിറങ്ങി എന്തെങ്കിലും കഴിച്ചു എന്ന് വരുത്തി വീണ്ടും ചിന്തകളിലേക്ക് മടക്കം. ഏതു സമയവും ചിന്ത തന്നെ. മമ്മയുടെ സ്ഥിതിയും ഭിന്നമായിരുന്നില്ല. നുറുങ്ങു തമാശകൾക്ക് പോലും പൊട്ടിച്ചിരിച്ചിരുന്ന, ചെറിയ സന്തോഷങ്ങൾ പോലും ആഘോഷ മാക്കുവാൻ ആഗ്രഹിച്ചിരുന്ന മമ്മ പഴയതിന്റെ നിഴൽ മാത്രമായി ചുരുങ്ങിപ്പോയി.

ജെനി 1998 ആഗസ്റ്റ് 14

രണ്ടു മാസങ്ങൾ കഴിയുന്നു ഞങ്ങൾ ഇവിടെ വന്നിട്ട്. പുതിയ ജീവിത ത്തിലേക്ക് ഞങ്ങളും പതിയെ പൊരുത്തപ്പെട്ടു തുടങ്ങി. ഞാൻ ഇവിടെ പഞ്ചിമിൽ ഉള്ള ഒരു കോൺവെന്റ് സ്കൂളിൽ ചേർന്നു. റോണിയും ഹാപ്പി യാണ്. അവൻ അടുത്തുള്ള ഒരു പി.യു. കോളേജിൽ ചേർന്നു. പുതിയ സുഹൃത്തുക്കൾ ഒക്കെ ആയി അവനും ഹാപ്പി (പക്ഷേ അതിൽ ഒന്നു രണ്ടുപേരെ എനിക്ക് ഇഷ്ടമല്ല. കുളിയും നനയും ഒന്നും ഇല്ലാത്തവർ ആണെന്ന് തോന്നും. നീണ്ട മുടി. കണ്ടാൽ തന്നെ പേടിയാകും!)

ജാനെറ്റ് ആന്റി ഞങ്ങളെ മാത്രമല്ല പപ്പയെയും മമ്മയെയും നന്നായി സപ്പോർട്ട് ചെയ്യുന്നുണ്ട്. വേണ്ടാത്ത ചോദ്യങ്ങൾ ഇല്ല. അനാവശ്യകുറ്റ പ്പെടുത്തൽ ഇല്ല. പരാജയങ്ങൾ നമ്മളെ തകർത്തു കളയുന്നത് അതിൽ നിന്നും കൈ പിടിച്ചു ഉയർത്താൻ ആരും ഇല്ലാതെ വരുമ്പോഴാണ് എന്ന വലിയ പാഠം ജാനെറ്റ് ആന്റിയാണ് ഞങ്ങൾക്ക് പഠിപ്പിച്ചു തന്നത്.

പപ്പായ്ക്കും നല്ല മാറ്റമുണ്ട് ഇപ്പോൾ. പഴയതുപോലെ ആയി ല്ലെങ്കിലും സംസാരിക്കുന്നു. റസ്റ്റോറന്റിന്റെ നടത്തിപ്പിൽ സഹായി ക്കുന്നു. ആന്റി പറയുന്നത് പപ്പയുടെ നല്ല സജഷൻസ്കൊണ്ട് വരുമാന ത്തിൽ നല്ല വർദ്ധനവ് ഉണ്ടായിട്ടുണ്ട് എന്നാണ്. കസ്റ്റമേഴ്സിന്റെ ശ്രദ്ധ ആകർഷിക്കുവാൻ റസ്റ്റോറന്റിൽ പുതിയ മ്യൂസിക്കൽ ഫൗണ്ടൻ തുടങ്ങി യതും ഇലക്ട്രോണിക്ക് മെനു ബോർഡ് സ്ഥാപിച്ചതും പപ്പയുടെ ഐഡിയകൾ ആയിരുന്നു.

ഏറ്റവും സന്തോഷിക്കുന്നത് ഞാനും റോണിയുമാണ്. കൈമോശം വന്ന സന്തോഷങ്ങൾ തിരിച്ചു കിട്ടുന്നത് ഞങ്ങൾക്കും കൂടി ആണല്ലോ.

ജെനി 1998 ആഗസ്റ്റ് 15

എല്ലാ വാരാന്ത്യങ്ങളിലും പൊതുഅവധി ദിനങ്ങളിലും ജാൻ-ജെ യിൽ 'ലൈവ് ബാൻഡ്' ഉണ്ടാവും. 'ബാൻഡ്' എന്നൊക്കെ കേൾക്കുമ്പോൾ ലെതർ ജാക്കറ്റും ബുള്ളറ്റ് ബെൽറ്റും ധരിച്ച് നീളൻ കൃതാവിനെയും കയ്യിലെ ഇലക്ട്രിക് ഗിറ്റാറിനേയും തലോടി സ്റ്റേജ് ആകെ ഇളക്കി മറി ക്കുന്ന രംഗം ആവും സ്വാഭാവികമായും മനസ്സിൽ വരിക. ഇതിൽ അങ്ങനെ ഒന്നുമില്ല. വാസ്കോ 'ഓൾ-സൈന്റ്സ്' കോളേജിലെ ബി.എ. സൈക്കോളജി വിദ്യാർത്ഥിനി ('ഗെനീലിയ' എന്നോ മറ്റോ ആണ് അവളുടെ പേര്.) നയിക്കുന്ന ഒരു 'ലൈവ് ഹിന്ദി സിനിമാ ഗാനമേള, അത്രേയുള്ളൂ 'ജാൻ-ജെ'യിലെ ബാൻഡ്. പനാജിയിലെയും കാൻഡോ ലിമ്മിലെയും ചെറു 'ഷാക്കുകൾ' വരെ 'ജാസ്സും റിട്രോയും ബ്ലൂസ്സും' ഒക്കെയായി ആളുകളെ ആകർഷിക്കുമ്പോൾ 'ഔട്ട്ഡേറ്റഡ്' ആയി പ്പോവാതിരിക്കാൻ വേണ്ടി മാത്രം ജാനറ്റ് ആന്റി തുടങ്ങിയത്.

കുറച്ചു കൂടി വലിയ പെർഫോർമെഴ്സിനെ പങ്കെടുപ്പിച്ചു ബാൻഡ് ഒന്ന് വിപുലീകരിച്ചൂടെ എന്ന് ഞാൻ ഒരു ദിവസം ചോദിച്ചിരുന്നു. "കഴിച്ചാൽ മനസ്സും നിറയുന്ന നല്ല ഭക്ഷണം അല്ലേ മോളെ നമ്മൾ കൊടുക്കുന്നേ, പിന്നെന്തിനാ വേറെ ഗിമ്മിക്?" എന്നായിരുന്നു മറുപടി. ചില കാര്യങ്ങളിൽ ആന്റി തീരെ പഴഞ്ചനാണ്.

അസുഖം, പരീക്ഷ, ബോയ്ഫ്രണ്ടിന്റെ 'പല്ലുവേദന', 'മൂഡ്ഇല്ലായ്മ' തുടങ്ങിയ 'അടിയന്തിര സാഹചര്യങ്ങൾ' മൂലം 'ലീഡ് സിംഗർ' ഗെനീ ലിയ എത്താതെ ഇരുന്നാൽ ഞാനായിരുന്നു ആ റോൾ എടുത്തിരുന്നത്. "നീയാണ് നമ്മുടെ കുടുംബത്തിലെ 'ആശാ ഭോസ്ലെ' എന്ന് റോണി പണ്ടെപ്പോഴോ എഴുതി ഒപ്പിട്ടു തന്ന പ്രശസ്തി പത്രം ആയിരുന്നു ആ പോസ്റ്റിലേക്കുള്ള എന്റെ യോഗ്യതാ സർട്ടിഫിക്കറ്റ്.

എന്തോ കാരണം പറഞ്ഞു ഗെനേലിയ വരാഞ്ഞതുകൊണ്ട് ഇന്നും ഞാൻ തന്നെ ആയിരുന്നു ലൈവ് മ്യൂസിക്കിന്റെ പ്രധാന നടത്തിപ്പുകാരി. ആർ.ഡിയേയും ഏ.ആർ.നേയും 'ബാല്ച്ചോവിനും രേചീടോവി'നും (ഗോവൻ ഭക്ഷണങ്ങൾ) ഒപ്പം നിർദാക്ഷിണ്യം ആമാശയത്തിലേക്ക്

കടത്തി വിട്ടുകൊണ്ടിരുന്ന ആസ്വാദകർക്കിടയിൽ സൈഡ് ടേബിളിൽ ഇരുന്ന, ചിരിക്കുന്ന കണ്ണുകളും തിളങ്ങുന്ന മീശയുമുള്ള ആ ചെറുപ്പക്കാരൻ എന്റെ ശ്രദ്ധയിൽപെട്ടത് യാദൃച്ഛികം ആയിരുന്നോ? അല്ല, അയാൾ എന്റെ ശ്രദ്ധയിലേക്കു നടന്നു കയറുക ആയിരുന്നു.

ആ സീൻ ഏതാണ്ട് ഇങ്ങനെ ആയിരുന്നു.

(മൂന്നാമത്തെ 'ഗിഗ്' കഴിഞ്ഞു ശ്രോതാക്കൾക്ക് ആവശ്യത്തിനു ആനന്ദം നൽകിയ ചാരിതാർത്ഥ്യത്തിൽ, ഇനി അൽപം ബ്രേക്ക് ആവാം എന്ന വിജയശ്രീ രാഗത്തിന്റെ ഹാങ്ങ് ഓവറിൽ ഇരിക്കുന്ന ഞാൻ)

ആഗതൻ "മലയാളി ആണല്ലേ?"

ഞാൻ ('പൂവാലൻസ് സ്റ്റേ അവേ' ടോൺ ൽ) "ആണെങ്കിൽ?"

ആഗതൻ "നല്ല പാട്ട് ആയിരുന്നു."

ഞാൻ "താങ്ക്സ്..."

ആഗതൻ "ഞാൻ പാട്ട് നല്ലത് ആണ് എന്നാണ് പറഞ്ഞത്. താൻ പാടിയത് നല്ലത് എന്നല്ല."

ഞാൻ (ചമ്മലിന് 'മാസ്ക്' ധരിപ്പിച്ചുകൊണ്ട്) "ചോദിച്ചില്ലല്ലോ."

ആഗതൻ "അല്ല, പറയണം എന്ന് തോന്നി."

ഞാൻ "തോന്നലുകളൊക്കെ നാട് നീളെ പറഞ്ഞു നടക്കാറുണ്ടോ?"

ആഗതൻ "ഇല്ല, പറഞ്ഞിട്ട് കാര്യം ഉണ്ടെന്നു തോന്നുന്നവ മാത്രം."

ഞാൻ "എന്നിട്ട് കാര്യം ഉണ്ടായോ?"

ആഗതൻ "ഉണ്ടാവാം. നല്ല ശബ്ദം ഉണ്ട് നിങ്ങൾക്ക്. പക്ഷേ ഇപ്പോൾ പാടുന്നത് ഒക്കെ അബദ്ധം ആണ്. നോട്ട്സ്, ഡിക്ഷൻ ഒക്കെ പ്രശ്നമാണ്. വോയ്സ് എക്സർസൈസ്സ് ചെയ്യണം. ഇംപ്രൂവ്മെന്റ് ഉണ്ടാവും."

ഞാൻ "അത് പറയാൻ നിങ്ങൾ ആരാണ് ഹേ?"

ആഗതൻ "സംഗീതത്തിൽ കേൾവിക്കുറവില്ലാത്ത ഒരു വഴിപോക്കൻ. അനുസരിക്കണം എന്ന് നിർബന്ധം ഒന്നുമില്ല."

എന്റെ യോഗ്യതാ സർട്ടിഫിക്കറ്റും കീറി എറിഞ്ഞ് ആഗതൻ നടന്നകന്നു.

ജെനി 1998 ആഗസ്റ്റ് 28

രോഹൻ പിന്റോ – അതായിരുന്നു ആ നീലക്കണ്ണുള്ള ആഗതന്റെ പേര്. അയാൾക്ക് ടൗണിൽ സ്വന്തമായി ഒരു ഹാർഡ്‌വെയർ ഷോപ്പ് ഉണ്ടെന്നും ഡോണാപ്പോള കപ്പോളയിലെ ക്വയറിൽ അയാളെ ഇടയ്ക്കൊക്കെ കണ്ടിട്ടുണ്ടെന്നും വലിയ കുഴപ്പക്കാരൻ അല്ലെന്നും ആന്ദ്ര ആണ് പറഞ്ഞു തന്നത്.

ലൈവ് ബാൻഡ് ഉള്ള മിക്ക ദിവസവും രോഹൻ ജാൻ-ജെ യിൽ വരും. ഒരു മൊജിതോയും കുടിച്ചു ഏതെങ്കിലും ഒരു ഒഴിഞ്ഞ മൂലയിൽ ഇരിക്കും. അവിടെ ഉണ്ടാവും ബാൻഡ് തീരുന്നത് വരെ. 'ഗിഗ്ഗ്' കഴിഞ്ഞാൽ എനിക്ക് തരാൻ എന്തെങ്കിലും ഒരു ഉപദേശം കാണും, അവന്റെ കയ്യിൽ! ഓരോ തവണയും പുതിയ കണ്ടെത്തലുകൾ (അയാൾക്ക് ഞാൻ ഒരു പേരും ഇട്ടു – 'നീലക്കണ്ണുള്ള ഉപദേശി.')

ആദ്യം ആദ്യം എനിക്കു ഈ ഉപദേശി ഒരു ശല്യം ആയിരുന്നു. പിന്നെപ്പിന്നെ അത് കൗതുകമായി... കാത്തിരിപ്പും. എനിക്ക് തരാനുള്ള ഉപദേശങ്ങളുമായി അവന്റെ വരവ് ഞാനും ഇഷ്ടപ്പെട്ടു തുടങ്ങി. കാത്തിരിക്കുവാൻ തുടങ്ങി. കാണാതിരുന്നാൽ നേർത്തൊരു അസ്വസ്ഥത, ആകാംക്ഷ. എന്തൊരു ചന്തമാണ് അവന്റെ കണ്ണുകൾക്ക്. ഒളിഞ്ഞിരി ക്കുന്ന നുണക്കുഴികൾക്ക്!

I think, I am in Love

1998 സെപ്തംബർ 05

'ഗിഗ്' കഴിഞ്ഞ ക്ഷീണത്തിൽ റെസ്റോ-ബാറിൽ നിന്ന് വീട്ടിൽ വന്നു കയറുമ്പോഴും കട്ടിലിലേക്ക് തല ചായ്ക്കുമ്പോഴും നിദ്രാദേവി ക്ഷിപ്ര പ്രസാദി ആകും എന്നാണ് കരുതിയത്. സംഭവിച്ചത് നേരെ മറിച്ചും. ഉറങ്ങാനേ കഴിയുന്നില്ല! അതിലും രസമുള്ള മറ്റൊന്ന് – കണ്ണ് അടയ്ക്കു മ്പോഴൊക്കെ രോഹന്റെ മുഖം. അവനും ഇപ്പോൾ ചിന്തിക്കുന്നത് എന്നെ പറ്റി ആകുമോ?

ജെനി 1998 സെപ്തംബർ 16

ഇന്ന് ഗിഗ്ഗ്* ഉള്ള ദിവസമാണ്. കഴിഞ്ഞ മൂന്നു തവണയും ഉപദേശ ങ്ങളുടെ ഭണ്ഡാരപ്പെട്ടിയുമായി രോഹനെ കണ്ടില്ല.

ഗിഗ്ഗ് കേൾക്കുവാൻ 'ജാൻ-ജെ'യുടെ ഒഴിഞ്ഞ മൂലയിലെ സൈഡ് ടേബിളിൽ ഞാനിരുന്നു. അവൻ ഇല്ലാത്ത ദിവസങ്ങളിൽ പാടുവാൻ തന്നെ തോന്നാറില്ല ഇപ്പോൾ. എന്ത് ചന്തമാണ് അവന്റെ സംസാരത്തിന്. എന്ത് ഭംഗിയാണ് ആ ഉപദേശങ്ങൾക്ക്. ഇന്ന് അവൻ വന്നാൽ മതിയായിരുന്നു! ഇനി വരാതിരിക്കുമോ? ചിന്തകളുടെ വേലിയിറക്കത്തിൽ മനസ്സ് ഇങ്ങനെ ഒഴുകി നടക്കുമ്പോഴാണ് കതകു തുറന്നു റോണി മുറിയിലേക്ക് കടന്നു വന്നത്. ആദ്യം ശ്രദ്ധയിൽപ്പെട്ടത് ചോരയുടെ നിറമണിഞ്ഞ അവന്റെ കണ്ണുകളാണ്.

"എന്താടാ, നിന്റെ കണ്ണ് ചുവന്നിരിക്കുന്നത്?"

"അത് ബൈക്കിൽ വന്നപ്പോൾ പൊടി പോയതാവും..." അവൻ നിന്ന് പരുങ്ങി.

"ബൈക്കോ?"

"അത് എന്റെ ഫ്രണ്ട് ഡാനീടെ. നിനക്കറിയാം ഇവിടെ വന്നിട്ടുണ്ട്."

"ഏതു ആ മുടിയനോ? എനിക്ക് ഇഷ്ടമല്ല അവനെ കണ്ടാൽ തന്നെ പേടിയാകും"

എന്റെ ചോദ്യം റോണി കേട്ടില്ല. അവൻ പോക്കറ്റിൽ ഇരുന്ന ചെറിയ പൊതി മേശവലിപ്പിലെ വലിയ കവറിലേക്ക് മാറ്റുന്ന തിരക്കിലായിരുന്നു.

"എന്താടാ നിന്റെ കയ്യിൽ ഒരു പൊതി?"

"അത്... അത് ഒന്നുമില്ല, നിനക്ക് ഇന്ന് ഗിഗ്ഗ് ഇല്ലേ?" റോണിയോട് രോഹിനെപ്പറ്റി ചോദിക്കണോ? ഒന്നുമില്ലെങ്കിലും അയാൾക്ക് വല്ല അസുഖമോ മറ്റോ ആണോ എന്ന് എങ്കിലും അറിയാമല്ലോ? വേണ്ട, അവൻ ഇനി മറ്റെന്തെങ്കിലും കരുതിയാലോ? നാണക്കേടാവും.

---

* സംഗീതപരിപാടി

"എടീ, നിന്റെ ഗിഗ്ഗ് തുടങ്ങാൻ സമയം ആയല്ലോ. നീ പോകുന്നില്ലേ?" റോണി വിടാൻ ഭാവമില്ല.

"പോകാം... കുറച്ചു കഴിയട്ടെ." ഞാൻ അലസമട്ടിൽ പറഞ്ഞു.

"നിന്റെ പാട്ട് കേൾക്കാൻ സ്ഥിരമായി വരാറുള്ള ആ ചേട്ടൻ റെസ്റോ-ബാറിലേക്ക് ഇപ്പോൾ കയറിപ്പോകുന്നത് കണ്ടു. നിന്റെ ഗിഗ്ഗ് ഉണ്ടോ എന്ന് ചോദിച്ചു"

"ആര് രോഹനോ?" (എന്റെ കണ്ണിലെ തിളക്കം റോണി കണ്ടുവോ?)

"നീ മുന്നീന്നു മാറ്, ഞാൻ ഗിഗ്ഗിനു പോട്ടെ." ഞാൻ ധൃതി കൂട്ടി.

"നീ അല്ലേ, ഇപ്പോൾ പറഞ്ഞേ കുറച്ചു കഴിഞ്ഞേ പോകുന്നുള്ളൂ എന്ന്." (Roni is teasing me)

"അത്... തീരുമാനം മാറ്റി, അടിയന്തിരാവസ്ഥ പ്രഖ്യാപിച്ചു"

"ആര്?"

"ഞാൻ തന്നെ."

വിഷയം മാറ്റി.

കൂടുതൽ വിശദീകരണങ്ങൾക്ക് ഒന്നും നിൽക്കാതെ അവനെ കവച്ചിറങ്ങി റെസ്റോ-ബാറിലേക്ക്.

പിന്നിൽ നിന്ന് റോണി പിന്നെയും എന്തൊക്കെയോ പറയുന്നുണ്ടായിരുന്നു. അതൊന്നും ഞാൻ കേട്ടില്ല. മറ്റൊന്ന് തീർച്ചപ്പെടുത്തുന്ന തിരക്കിലായിരുന്നു ഞാൻ.

"ഇന്ന് രോഹനോട് പറയണം എനിക്ക് അവനെ ഇഷ്ടം ആണെന്ന്."

അതെ, പറയുകതന്നെ.

ഭാഗം മൂന്ന്

അലക്സ് മോറിസ്സിന്റെ
ബ്ലോഗ് പോസ്റ്റുകളുടെ തുടർച്ച

2018 ജൂലായ് 7 9.10am

"എന്ത് തോന്നുന്നു?" ബാനർജി റോഡിലെ ഏഷ്യൻ ബേക്ക് ഹൗസിന്റെ ഒന്നാംനിലയിൽ ഇരുന്നു ഞാൻ സുധാകറിനോട് ചോദിച്ചു.

"ചിക്കൻ ഒരല്പം പഴകിയിട്ടുണ്ട്. ടെണ്ടർ അല്ല." പ്ലേറ്റിൽ നിന്നും കണ്ണെടുക്കാതെ അയാൾ പ്രതിവചിച്ചു.

"എടോ അതല്ല, റിയ കേസ്സ്."

"താൻ ആ ഷേർലോക്ക് ഹോംസ് കണ്ണട കുറച്ചു നേരത്തേക്ക് അഴിച്ചു വെക്ക്. എന്നിട്ട് മുൻപിൽ ഇരിക്കുന്ന ആ ചിക്കനോട് ഒന്ന് അന്വേ ഷിക്ക്. ഫാമിൽ നിന്ന് ഫ്രിഡ്ജിലേക്കും പിന്നെ ബിരിയാണിയിലേക്കും എത്തിയിട്ട് എത്ര നാളായി എന്ന്."

എല്ലിൻകഷണത്തിൽ അവശേഷിക്കുന്ന മാംസവുമായി മൽപ്പിടുത്തം നടത്തിക്കൊണ്ട് സുധാകർ പുരികം ഉയർത്തി.

"I think she is tricking us."

"ആര്?"

"എനിക്ക് മാഗ്സെസെ അവാർഡ് മേടിച്ചു തരാൻ ആയിട്ടു പുനർജ്ജനിയിൽ താൻ ഏൽപ്പിച്ച ആ പെണ്ണ്."

എന്റെ ശബ്ദത്തിന്റെ കനം ഗ്രഹിച്ചു എന്നോണം സുധാകർ താടിയിൽ ഒന്ന് അമർത്തി തലോടി.

"താൻ ഇതൊന്നു നോക്ക്."

ലാപ്ടോപ്പ് ബാഗിൽ നിന്ന് ആറു പ്രിന്റ് ഔട്ടുകൾ എടുത്ത് സുധാ കറിനു നേർക്ക് നീട്ടിക്കൊണ്ടു ഞാൻ പറഞ്ഞു.

"എന്തായിത്? അവളുടെ ജാതകാ?"

"അതെ."

"കൊള്ളാലോ. താൻ സി.ഐ.ഡി. കളി നിർത്തി ഇപ്പൊ ബ്രോക്കർ പണീം തൊടങ്ങിയോ?"

വർഷങ്ങളോളം ഫ്രിഡ്ജിൽ ഇരുന്ന തമാശ ഫ്രഷ് എന്ന മട്ടിൽ അവതരിപ്പിക്കുവാനുള്ള സുധാകറിന്റെ വിഫല ശ്രമം.

"ജാതകം തന്നെ. അവളുടെ അല്ല. അവൾടെ പൂട്ടി പോയ ബാങ്ക് അക്കൗണ്ടിന്റെ. ആ കൈതമറ്റത്തിന്റെ പി.എ.നെ സോപ്പ് ഇട്ടു ഞാൻ കോപ്പി എടുപ്പിച്ചത്"

"ഇതിൽ എന്താ?" വോൾട്ടേജ് വ്യതിയാനം സംഭവിച്ച സി.എഫ്.എൽ. പോലെ സുധാകർന്റെ മുഖം ഒന്ന് മങ്ങിത്തെളിഞ്ഞു.

"ബ്ലോക്ക്ഡ് ആവുന്നതിനു മുൻപ് റിയ സൂസന്റെ അക്കൗണ്ടിൽ നിന്ന് മൂന്നു മാസക്കാലം നടന്ന സാമ്പത്തികവിനിമയങ്ങളുടെ ജാതകം ആണിത്."

"How does it help us?"

"Something is very striking in this!"

"What thing?"- സുധാകറിന്റെ മുഖത്ത് അൾട്ടിമേറ്റ് പുച്ഛം.

"റിയ ഏറ്റവും അധികം ഫണ്ട് ട്രാൻസ്ഫർ നടത്തിയിരിക്കുന്നത് ഈ ഒരു അക്കണ്ടിലേക്കാണ്." ചുവന്ന മഷിയാൽ നെറ്റിപ്പട്ടം ചാർത്ത പ്പെട്ടിരുന്ന അക്കങ്ങളെ ചൂണ്ടിക്കൊണ്ട് ഞാൻ പ്രസ്താവിച്ചു.

"അതിന്?" പ്ലേറ്റിലെ അവസാന അരിമണിയേയും അതിനു കൂട്ട് കിടന്നിരുന്ന ഡാൾഡയേയും അന്നനാളത്തിലേക്ക് പറഞ്ഞയച്ചു സുധാകർ സംശയം എറിഞ്ഞു.

"താൻ വ്യാജപ്പേരിൽ ഒരു ബാങ്ക് അക്കൗണ്ട് തുടങ്ങുന്നു. അതി ലേക്കു എവിടെ നിന്നോ കുറേ പണം വരുന്നു. എപ്പോൾ വേണമെങ്കിലും കള്ളം പിടിക്കപ്പെടാം എന്ന ഭയവും സമ്പാദിച്ച പണം എൻഫോഴ്സ്മെന്റ് കൊണ്ടുപോകരുത് എന്ന നിശ്ചയവും തന്നിൽ ശക്തമാവുന്നു. ഇങ്ങനെനൊരു സിനാറിയോവിൽ താൻ എന്ത് ചെയ്യും?"

"ആ പണം ഞാൻ എന്റെ സ്വന്തക്കാരുടെയോ ബന്ധുക്കളുടെയോ പേരിലേക്ക് മാറ്റും"

വെള്ളതൊപ്പി ധരിച്ച വെയിറ്റർ പയ്യൻ ഞങ്ങൾക്ക് യാതൊരു ആവശ്യവും ഇല്ലാഞ്ഞിട്ടും ജി.എസ്.ടി. തെറ്റാത്ത ബില്ലുമായി വന്നു ഞങ്ങൾക്ക് അരികിൽ തലയും ചൊറിഞ്ഞുനിന്നു. രണ്ടു രാഷ്ട്രപിതാ വിനേയും ടിപ്പോയിയിൽ കുറച്ചു ചില്ലറയും വെച്ച് അവനെ സന്തോ ഷിപ്പിച്ചു ഞങ്ങൾ 'കുറ്റാന്വേഷണത്തിലേക്ക്' തിരികെ നടന്നു.

"അതൊരു സാധ്യത ആണ്. ഇത്രയും വലിയ തുക... 26 ലക്ഷത്തി നാല്പത്തി മൂവായിരം രൂപ ടു ബി പ്രീസൈസ്സ്, റിയ' സൂസൻ ഒറ്റ അക്കൗണ്ടിലേക്ക് മാത്രം വക മാറ്റിയിട്ടുണ്ടെങ്കിൽ, definitely, it should belong to someone close to her. ഗോവയിലെ ഒരു റെസ്റോ-ബാറിന്റെ പേരിലാണ് ആ അക്കൗണ്ട് രജിസ്റ്റർ ചെയ്തിരിക്കുന്നത്."

അതിപ്പോ എങ്ങനെ കണ്ടുപിടിച്ചു, താൻ അത് എങ്ങനെ മനസ്സി ലാക്കി എന്നുള്ള ക്ലീഷേ ചോദ്യങ്ങൾ ചോദിച്ചു ഈ അന്വേഷണ കഥയിൽ കൂടുതൽ ലാഗ് കയറ്റാൻ സുധാകരോ, ഓവർ ഡീറ്റയിൽസ് സ്പൂൺ ഫീഡ് ചെയ്തു ബോറടിയിലേക്കുള്ള ദൂരം കുറയ്ക്കാൻ ഞാനോ മുതിർന്നില്ല.

"റിയയുടെ 'ഇല്ലീഗൽ ആക്ടിവിറ്റീസി'ന്റെ ഒരു കവർ ആണ് ഇപ്പറ യുന്ന റസ്റ്റോറന്റ് എങ്കിലോ?"

"Possible. but I strongly feel there will be something related to her there."

"എന്താണ് ആ ഹോട്ടലിന്റെ പേര്?"

"ജാൻ ജെ റെസ്റ്റോ ബാർ, ഡോണപ്പോള, ഗോവ."

2018 ജൂലായ് 12 ഞായർ 1.30am

ഡോണാപ്പോള- ഗോവയുടെ തെക്കേ അറ്റത്ത് സുവാരി, മാണ്ഡോവി എന്നീ നദികൾ അറബിക്കടലിനെ പുല്കുന്നതിനു സാക്ഷിയായി നില കൊള്ളുന്ന ചെറുകര. പോർച്ചുഗീസ് ഭരണകാലത്ത് മത്സ്യബന്ധനത്തെ ആശ്രയിച്ചു കഴിഞ്ഞിരുന്ന ഗ്രാമം അറുപതുകളിൽ വാണിജ്യവൽക്കരണ ത്തിന്റെ പച്ചപ്പിനെ തേടിത്തുടങ്ങി. റൊസാരിയോ എന്നോ മറ്റോ പേരുള്ള ഒരു പറങ്കി ഇവിടെ ആദ്യമായി ഒരു 'ഷാക്ക്' തുടങ്ങുമ്പോൾ കൊങ്കണി ആയ അയാളുടെ ഭാര്യ പോലും ആസന്നമായ സാമ്പത്തിക ബാധ്യത മുന്നിൽ കണ്ട് അയാളെ ഉപേക്ഷിച്ചു പോവുകയാണ് ഉണ്ടായത്. പക്ഷേ കാലത്തിന്റെ എഴുത്ത് പരീക്ഷയിൽ അയാൾ ഡിസ്ടിങ്ഷനോടെ ജയിച്ചു കയറി. ക്രമേണ ചെറുതും വലുതുമായ നിരവധി സംരംഭകർ ഈ ഭൂമിക കയ്യടക്കി. എൻഡ് റിസൾട്ട് – മത്സ്യബന്ധനഗ്രാമത്തിനു വിനോദ സഞ്ചാര കേന്ദ്രമായി പ്രൊമോഷൻ കിട്ടി.

പുതിയ തുമ്പിന്റെ വാലിൽ തൂങ്ങി ഞങ്ങൾ ഡോണപ്പോളയിൽ വണ്ടി ഓടിച്ച് എത്തുമ്പോൾ സന്ധ്യ മയങ്ങിയിരുന്നു. വാട്സൺ സുധാകറും കൂടെ ഉണ്ട്.

അയാൾക്ക് ഈ യാത്രയ്ക്ക് ഒട്ടും താത്പര്യം ഉണ്ടായിരുന്നില്ല. ടൈംസിലെ വർക്ക് സഫർ ചെയ്യും പോലും. ഒടുവിൽ കൂടെ വന്നി ല്ലെങ്കിൽ റിയയുടെ പുനർജ്ജനിയിലെ റേഷൻ കട്ട് ചെയ്യും എന്ന ഭീഷണിക്ക് മുന്നിൽ മുട്ടു മടക്കിച്ചാണ് കൂടെ കൂട്ടിയത്. മൊബൈൽ സ്ക്രീനിൽ നിന്ന് കണ്ണെടുക്കാതെ അഭിനവ വാട്സൺ മൊഴിഞ്ഞു –

"ഏഴുനൂറ്റി അമ്പതു മീറ്റർ കഴിഞ്ഞു വലത്തോട്ട് തിരിയണം. അവിടെ ഒരു ചെറിയ കപ്പോള, അവിടെ നിന്നും മുന്നൂറു മീറ്റർ ലെഫ്റ്റ്. "On your right you will see the destination." ജാൻ -ജെ റെസ്റ്റോബാർ!"

"ഉറപ്പാണോ?"

"അങ്ങനെയാ ഗൂഗിളിലെ ചേച്ചി പറയുന്നേ"

"എനിക്കവളെ അത്ര വിശ്വാസം പോരാ"

"വിശ്വാസം... അതല്ലേ എല്ലാം?"

സുധാകറിന്റെ വിശ്വാസത്തിനു ചാൻസ് കൊടുത്തു. വെറുതെ ആയില്ല. ജാൻ -ജെ റെസ്റ്റോ ബാറിനു മുന്നിൽ കാർ നിന്നു.

"ഇതാണ് എന്ന് തോന്നുന്നു സ്ഥലം"

നെറ്റിയിലെ വിയർപ്പു തുടച്ചു സുധാകർ ഡോർ തുറന്നു ഇറങ്ങി. പിന്നാലെ ഞാനും. നിയോൺ വിളക്കുകൾ പ്രകാശം ചൊരിഞ്ഞിരുന്ന കവാടത്തിനു പുറത്തു നിന്നിരുന്ന ബൗൺസർ ഒരു 'ഹൾക്ക് ഹോഗൻ' ആയിരുന്നു. പ്രോട്ടീൻ പൗഡർ കൊണ്ട് പല്ല് തേക്കുന്ന ഒരു മസിൽ മാൻ.

No stag entry. ലുലു മാളിൽ കയറുന്ന ലാഘവത്തോടെ റെസ്റ്റോ ബാറിന്റെ പടികൾ ചവിട്ടിയ എന്റെ മുന്നിൽ മസിൽ അളിയൻ വട്ടം നിന്നു.

"അന്തർ ആനാ ഹേ" സുധാകർ ഹിന്ദിയിൽ ശ്രമം നടത്തിയിട്ടും മസിൽമലയ്ക്ക് അനക്കം ഒന്നും തട്ടിയില്ല എങ്കിലും പുറകിൽ നിന്നും എന്റെ ചുമരിൽ ഒരു vibration അനുഭവപ്പെട്ടു.

"മലയാളികൾ ആണല്ലേ"

പാതിച്ചിരിയുമായി ചുവന്ന ടൈ കെട്ടിയ ഒരു ബ്ലെസർ ധാരി.

"എങ്ങനെ മനസ്സിലായി?"

"ഹിന്ദി കേട്ടപ്പോൾ തോന്നി."

പ്രപഞ്ചസത്യം കണ്ടെത്തിയ വിജയ ഭാവത്തോടെ അപരിചിതൻ എനിക്കൊരു ഷേക്ക് ഹാൻഡ് ഓഫർ ചെയ്തു.

"Hi, I am Antony. The manager of this place."

"ഡിസൂസയോ ഗോൺസാൽവസ്സോ?" സുധാകറിന്റെ സർക്കാസം!

"എന്ത്?" അപരിചിതൻ ഒന്ന് പകച്ചു.

"അല്ലാ, ഇവിടുത്തെ സെറ്റപ്പ് ഒക്കെ വെച്ച് അങ്ങനെ ഉള്ള പേരുകൾ ആയിരിക്കുമല്ലോ നാട്ടുനടപ്പ്."

"ഞാൻ മലയാളി ആണ്. കൊച്ചിക്കടുത്തുകാരിക്കാട് തുരുത്തു ആണ് സ്വദേശം."

"തുരുത്തിൽ എവിടെ?"

നിനച്ചിരിക്കാതെ കിട്ടിയ പിടിവള്ളിയിൽ മുറുകെപ്പിടിച്ചു.

"കരിക്കാട് അറിയാമോ?"

"കുറച്ചൊക്കെ"

"അവിടെ ഒരു പുനരധിവാസകേന്ദ്രം ഉണ്ട്. പുനർജ്ജനി. കേട്ടി ട്ടുണ്ടോ?"

"അത് നല്ല ചോദ്യം. ആരും തിരിഞ്ഞു നോക്കാനില്ലാതെ കിടന്ന

ഞങ്ങടെ തുരുത്തിനു ജീവൻ വെച്ചത് ആ സ്ഥാപനം അവിടെ വന്നതിൽ പിന്നെ ആണ്. അത്..."

"അപ്പോൾ നിങ്ങൾക്ക് ഇയാളെ അറിയില്ലേ?" എന്നെ ചൂണ്ടി സുധാകർ സംഭാഷണത്തിന്റെ ദിശ ഒന്ന് തിരിച്ചു വെച്ചു.

"ഞാൻ അലക്സ് മോറിസ്. പുനർജ്ജനി എന്റെ സ്ഥാപനം ആണ്." ആവശ്യത്തിനു പഞ്ച് കൊടുത്തു ഞാൻ സിഗ്നേച്ചർ ലൈൻ ഡെലിവറി ചെയ്തു.

"(വിനയകുനിയനായി) ക്ഷമിക്കണം സർ, എനിക്ക് ആദ്യം മനസ്സി ലായില്ല. എന്താണ് സർ ഇവിടെ?"

"(സ്വരത്തിൽ ആവശ്യത്തിനു ഘനഗാംഭീര്യം വരുത്തി) "ഒരു ചെറിയ കേസ്സ് അന്വേഷണം.നമ്മുടെ ഒരു പേഷ്യന്റുമായി ബന്ധപ്പെട്ടാണ്."

" ഇവിടെ മാനേജർ ആയിട്ട് എത്ര കാലം ആയി?"

"രണ്ടു മാസം. ഇങ്ങ് പനാജിയിൽ ആയിരുന്നു ഹോട്ടൽ മാനേജ്മെന്റ് പഠിച്ചത്. സാമാന്യം നല്ല രീതിയിൽ ഉഴപ്പിയതുകൊണ്ട് തെറ്റില്ലാത്ത ബാക്ക് ലോഗ്ഗും സമ്മാനമായി കിട്ടി. നക്ഷത്രക്കാർ ആരും വിളിച്ചതും ഇല്ല. പിന്നെ കിട്ടിയ സ്ഥലത്ത് ജോലിയിൽ കയറി. അങ്ങനെ ഇവിടെ എത്തി."

ജാൻ-ജെ'യിൽ എത്തപ്പെട്ട കഥ വിവരിച്ചു അന്തോണി നെടു വീർപ്പിട്ടു.

"ഇതിന്റെ ഓണർഷിപ്പ് ആർക്കാണ്?"

"ജാനെറ്റ് ജേക്കബ് മലയാളി ആണ്. അവരുടെ മകൻ ആന്ദ്ര ആണ് ഇപ്പോൾ ഇത് നോക്കി നടത്തുന്നത്"

"അയാളെ ഒന്ന് കാണാൻ പറ്റുമോ?"

അൽപ്പനേരം ആന്റണി നിശ്ശബ്ദനായി. ഫോണിലെ കലണ്ടറിൽ നോക്കി എന്തൊക്കെയോ ആംഗ്യങ്ങൾ കാട്ടി തൃപ്തി വന്നു എന്നായപ്പോൾ എന്നോട് പറഞ്ഞു.

"പറ്റും. പക്ഷേ ഒരു മാസം കഴിയും. പർച്ചേസ് ആവശ്യങ്ങൾക്കായി ഇപ്പോൾ ശ്രീലങ്കയിൽ ആണ്"

"ജാനറ്റ്?"

"അവർ ഒരു വർഷമായി സ്ട്രോക്ക് വന്നു കിടപ്പിലാണ്. അൽഷി മേഴ്സും ഉണ്ടെന്നു തോന്നുന്നു. കണ്ടിട്ട് പ്രത്യേകിച്ചു ഗുണം ഒന്നും ഉണ്ടാവും എന്നു തോന്നുന്നില്ല."

"ഈ കുട്ടിയെ കണ്ടിട്ടുണ്ടോ?"

കയ്യിൽ ഉണ്ടായിരുന്ന റിയയുടെ പാസ്സ്പോർട്ട് സൈസ്സ് ഫോട്ടോ

ആന്റണിയുടെ നേർക്ക് നീട്ടി. കാര്യമായ റിയാക്ഷൻ ഒന്നും പ്രകടിപ്പിക്കാതെ നിസ്സംഗതയോടെ അയാൾ മറുപടി നൽകി.

"ഇല്ല. ഇവിടെയൊന്നും ഇതുവരെ വന്നിട്ടില്ല. പിന്നെ ഞാൻ പറഞ്ഞല്ലോ സർ, ഞാൻ വന്നിട്ട് രണ്ടു മാസമേ..."

"എന്താണ് സർ, എന്തെങ്കിലും പ്രശ്നം?"

"Not really"– ആന്റണിയേയും ജാൻ-ജെയേയും സൂചനകൾക്കായി ആശ്രയിക്കാൻ ആവില്ല.

"അപ്പോൾ എന്താ ഇനി പരിപാടി? ശ്രീലങ്കയിലേക്ക് ടിക്കറ്റ് ബുക്ക് ചെയ്യട്ടേ" സുധാകർ പരിഹാസത്തിന്റെ ഷട്ടർ തുറന്നു വിട്ടു.

"നമുക്ക് അത്ര ബജറ്റ് ഇല്ല. ഇത് ഇംഗ്ലീഷിൽ ആക്കുമ്പോൾ വേണേൽ നോക്കാം."

ഞാനും വിട്ടു കൊടുത്തില്ല.

"ഈ അന്തർസംസ്ഥാനക്കളി തുടങ്ങിയപ്പോഴേ ഞാൻ പറഞ്ഞതാ വെറുതെ ടൈം വേസ്റ്റ് ആണ് നാട്ടീ വെച്ചുള്ള അന്വേഷണം ഒക്കെ മതീന്ന്. ഇത് വെറുതെ സമയം കളയാൻ ആയിട്ട്. അല്ലെങ്കിത്തന്നെ താൻ പോയി ചോദിച്ചാൽ ഉടനെ 'റിയ' പൈസ അയച്ചു കൊടുത്തതിന്റെ രഹസ്യം ഒക്കെ അവർ അങ്ങ് പറഞ്ഞു തരാൻ നിൽക്കുവല്ലേ"– സുധാകർ പിറുപിറുത്തു. അയാൾ പറയുന്നത് ശരിയാണെന്ന് എനിക്കും തോന്നിത്തുടങ്ങിയിരുന്നു.

"അപ്പൊ ഇനി എങ്ങനാ, തിരിച്ചു പോകുവല്ലേ? അതോ ഇനി ആ സ്ട്രോക്ക് വന്ന സ്ത്രീയെക്കൂടി കാണുന്നുണ്ടോ?"

" ഒരാളെക്കൂടി കാണാൻ ഉണ്ട്."

2018 ജുലായ് 13 തിങ്കൾ 5.30am

ഗോവയിലെ ഏക മെഡിക്കൽ കോളേജ് ആണ് നോർത്ത് ബംബോലി യിൽ സ്ഥിതി ചെയ്യുന്ന ജി എം സി. കുറ്റാന്വേഷണ കഥ ആകുമ്പോൾ ഒരു മെഡിക്കൽ കോളേജ് സീനും നായകന് ബുദ്ധി പറഞ്ഞു കൊടുക്കു വാൻ വേണ്ടി അവതരിക്കുന്ന ഫോറൻസിക്ക് സർജനും മാൻഡേറ്ററി ആയതു കൊണ്ട് മാത്രമല്ല, യു.ജി.ക്ക് ഒപ്പമുണ്ടായിരുന്ന സുഹൃത്ത് ഡോ. രഞ്ജനെ ഒന്ന് കണ്ടു പരിചയം പുതുക്കാം എന്ന് കൂടി കരുതിയിട്ടാണ് സുധാകർ വേഗം നാട്ടിലേക്കു മടങ്ങാം എന്ന് നിർബന്ധിച്ചിട്ടും കാർ ജി.എം.സിയിലേക്ക് തിരിച്ചത്.

ഓൾഡ് ബ്ലോക്കിലെ കഫെറ്റെരിയയ്ക്ക് മുന്നിലേക്ക് ഡോ.രഞ്ജൻ നടന്നു കിതച്ചു എത്തുമ്പോഴേക്കും ഞങ്ങൾ എത്തിയിട്ട് ഒരു മണിക്കൂർ കഴിഞ്ഞിരുന്നു.

"ഒരു പി.എം. ഉണ്ടായിരുന്നു. ഇപ്പോൾ കഴിഞ്ഞതേയുള്ളൂ."

"പി.എം?"

"പോസ്റ്റ് മോർട്ടം." രഞ്ജൻ വിശദീകരിച്ചു.

"ഈ സിനിമയിലും നോവലിലും ഒക്കെ കാണുന്നത് പോലെ അത്ര 'ഫാൻസി' ഒന്നും അല്ല ഒരു ഫോറൻസിക്ക് പൊലീസ് സർജന്റെ ലൈഫ്." ഡോ രഞ്ജൻ വികാരാധീനനായി.

"എന്താ ഇങ്ങോട്ടൊക്കെ?"

റിയാ സൂസന്റെ കഥയും ജാൻ-ജെ റെസ്റ്റോ ബാറിന്റെ പേരിൽ നടന്ന മണി ട്രാൻസ്ഫറും എല്ലാം വിശദീകരിച്ചു കൊടുക്കുമ്പോഴും അയാൾക്ക് പ്രത്യേകിച്ചു ഭാവമാറ്റം ഒന്നും കാണാനില്ലായിരുന്നു.

"ഇതിൽ എനിക്ക് ഒന്നും ചെയ്യാൻ പറ്റുമെന്ന് തോന്നുന്നില്ല. ഇതൊരു പണം ഇടപാട് കേസ് അല്ലേ? ബട്ട് വേണമെങ്കിൽ..."

"വേണമെങ്കിൽ?" എന്റെ പ്രതീക്ഷകൾക്ക് ചിറകു മുളച്ചു.

"I can do one thing. GOCR ൽ ഈ റസ്റ്റോറന്റ് ഒന്ന് സെർച്ച് ചെയ്തു നോക്കാം. വല്ല ഹിറ്റ്സും ഉണ്ടോ എന്ന്."

"GOCR?"

"Goa Online Crime Records" NCRBയുടെ പൈലറ്റ് പ്രൊജക്റ്റ് ആണ്. ഗോവ ഒരു ടൂറിസ്റ്റ് ഫ്രണ്ട്ലി സ്റ്റേറ്റ് ആയതു കൊണ്ട് crime detection fast track ചെയ്യാനും control ചെയ്യാനും കൊണ്ടു വന്ന സംവിധാനം. കഴിഞ്ഞ 20 വർഷത്തെ ഡാറ്റ ഉൾപ്പടെ ഇതിൽ അപ്ലോഡ് ആയിട്ടുണ്ട്"

"ഞങ്ങൾക്ക് കാണുവാൻ പറ്റുമോ?" സുധാകർ മുഖം ഉയർത്തി.

"തിയററ്റിക്കലി നോ." ഡോ.രഞ്ജന്റെ മറുപടി ഞങ്ങളുടെ പ്രതീക്ഷ കളെ മുളയിലേ നുള്ളി.

"ബട്ട് പ്രാക്ടിക്കലി 'യെസ്'. ഡിസ്ട്രിക്റ്റ് പൊലീസ് സർജൻ എന്ന നിലയിൽ എനിക്ക് ലോഗ് ഇൻ ചെയ്യാം. I have access to the data base." സമയം പാഴാക്കാതെ ഡോക്ടർ അയാളുടെ ഐപ്പാഡിൽ ഏതൊക്കെയോ ഐക്കണുകൾ അമർത്തി.

"എന്താണ് റസ്റ്റോറന്റിന്റെ പേര് പറഞ്ഞത്?"

"ജാൻജെ റെസ്റ്റോ ബാർ, ഡോണപ്പോള."

രഞ്ജൻ വീണ്ടും ഐപ്പാഡിലേക്ക് മുഖം പൂഴ്ത്തി. ഈ കഥയിൽ ഇനി എന്തെങ്കിലും development വരണമെങ്കിൽ ഇനി അത് കനിയണം. ഞാൻ സ്റ്റീവ് ജോബ്സ്നെ മനസ്സിൽ ധ്യാനിച്ചു.

"Voila. The restaurant is perfectly legal! There's nothing grey about it." അപ്രതീക്ഷിത ട്വിസ്റ്റിനായുള്ള ഞങ്ങളുടെ കാത്തിരിപ്പിനെ തല്ലി ക്കെടുത്തിക്കൊണ്ടു രഞ്ജൻ പ്രസ്താവിച്ചു. സുധാകർ പറഞ്ഞത് പോലെ ടോട്ടൽ ടൈം വേസ്റ്റ്.

"But wait... there is a match! Dates 20 years back."

"എന്താണ് അത്?"

"It's a missing person report!"

"?"

"17 വയസ്സുള്ള ഒരു റോണി ജേക്കബ്ബു 16 കാരി ജെനി ജേക്കബ്ബും കാണാതായതിനെപ്പറ്റിയുള്ള ഒരു കംപ്ലയിന്റ്."

"ഈ റെസ്റ്റോറന്റിൽ വെച്ചാണോ മിസ്സിംഗ് ആയത്?"

"അല്ല."

"പിന്നെ?"

"ജാൻ ജെയുടെ ഉടമ ജാനെറ്റ് സ്റ്റീഫൻ ആയിരുന്നു പരാതിക്കാരി. Complaint dated 28.12.1998"- രഞ്ജൻ വിശദാംശങ്ങൾ നിരത്തി.

"കേസ്സിന്റെ റിസൾട്ട് എങ്ങനെ ആയിരുന്നു?"

"കാണാതായവരെ കണ്ടെത്തിയോ?"

" സോറി, അത് ഇതിൽ രേഖപ്പെടുത്തിയിട്ടില്ല. But there is something strange. പരാതി കൊടുത്തു 5 ദിവസം കഴിഞ്ഞു, അതായത് ജനുവരി 4, 1999നു ജാനെറ്റ് തന്നെ അത് പിൻവലിച്ചിട്ടുണ്ട്."

"ജെനിയും റോണിയും തിരിച്ചു വന്നോ?"

"അതറിയില്ല."

കഫെറ്റരിയയിലെ ഒഴിഞ്ഞ കോണിൽ ഒരു കപ്പ് ജ്യൂസും അതിൽ അലിയിച്ച സ്നേഹവും പങ്കുവെച്ചുകൊണ്ടിരുന്ന കമിതാക്കളെ നോക്കി മന്ദഹസിച്ചുകൊണ്ട് രഞ്ജൻ പറഞ്ഞു നിർത്തി.

2018 ജുലായ് 13 തിങ്കൾ 8.30am

27.12.1998നു രാത്രി 11.45നു റെസ്റ്റോ ബാറിൽ നിന്ന് പനാജിയിലേക്ക് പോയ ജെനിയും സഹോദരൻ റോണിയും തിരിച്ചു വന്നില്ല. പിറ്റേന്ന് വൈകിട്ട് 5.26നാണ് അവരുടെ ആന്റിയും കെയർ ടേക്കറുമായിരുന്ന ജാനെറ്റ് ജേക്കബ് ഡോണപ്പോള പൊലീസ് സ്റ്റേഷനിൽ 'മിസ്സിംഗ് പരാതി കൊടുക്കുന്നത്. സംഭവസമയത്ത് ഇരുവരും മൈനർ ആയിരുന്നതിനാൽ ഗോവ പൊലീസ് ഉടനെ തന്നെ എഫ്.ഐ.ആർ. ഇട്ട് കേസ്സ് രജിസ്റ്റർ ചെയ്തു.എങ്കിലും അന്വേഷണം കാര്യമായി മുന്നോട്ടു പോയില്ല. (അല്ലെങ്കിൽ അത് രേഖപ്പെടുത്തിയിട്ടില്ല). എന്നാൽ സംഭവം നടന്നു അഞ്ച് ദിവസങ്ങൾ കഴിഞ്ഞപ്പോൾ പരാതിക്കാരി തന്നെ കംപ്ലയിന്റ് പിൻവലിച്ചു.

GOCR പോർട്ടൽ നിന്ന് ഡോ രഞ്ജൻ ഡൗൺലോഡ് ചെയ്തു തന്ന കേസ് സിനോപ്സിസിൽ നിന്ന് എനിക്ക് ഇത്രയുമാണ് മനസ്സിലായത്. ആ രാത്രി അവർ രണ്ടുപേർക്കും എന്താണ് സംഭവിച്ചത്?

പരാതി കൊടുത്ത ജാനെറ്റ് ഒരു ആഴ്ചയ്ക്കുള്ളിൽ അത് പിൻവലി ക്കാൻ എന്താണ് കാരണം?

അതും റിയ കേസ്സുമായയുള്ള ബന്ധം എന്താണ്?

അന്ന് തിരോധാനം ചെയ്ത ജെനിയും റോണിയുമാണോ ഇനി ഈ കേസ്സിലെ റിയയും സിദ്ധാർത്ഥും?

അങ്ങനെ എങ്കിൽ തന്നോടൊപ്പം യാത്ര ചെയ്തു എന്ന് റിയ ആവർത്തിക്കുന്ന സിദ്ധാർത്ഥ് രണ്ടു വർഷങ്ങൾക്കു മുൻപ് 'മരണപ്പെട്ടത്' എങ്ങനെ ആണ്?

ആരാണ് പുനർജ്ജനിയിലേക്ക് സിദ്ധാർത്ഥിന്റെ 'വീഡിയോ' അയച്ചത്?

പാലി ഹില്ലിലെ താഴ്വരയിലെ ആ വൃദ്ധൻ ഭയക്കുന്ന ആ 'പച്ച' കാർ ആരുടേതാണ്?

റിയ പാലി ഹില്ലിൽ അപകടത്തിൽപ്പെട്ട ബസ്സിൽ യാത്ര ചെയ്തിട്ടി ല്ലെങ്കിൽ അവൾ അവിടെ എത്തപ്പെട്ടത് എങ്ങനെയാണ്?

ബിറ്റ് കോയിൻ കൈക്കലാക്കുവാൻ ശ്രമിക്കുന്ന അജ്ഞാത സംഘം ആണോ എല്ലാറ്റിനും പിന്നിൽ?

ദുരൂഹതകളുടെ അഴിയാക്കുരുക്കുകൾ ഇനിയും ബാക്കി. സുധാകർ ആണ് കാർ ഓടിക്കുന്നത്. എന്നെ ചിന്തയിൽ നിന്നും ഉണർത്തിക്കൊണ്ട് അയാൾ പറഞ്ഞു.

"അലക്സ്, എനിക്ക് ഓഫീസിൽ നിന്നും വിളി വന്നിട്ടുണ്ട്. നമുക്ക് നാട്ടിലേക്ക് തിരിച്ചു പോവാം."

"താൻ പൊക്കോ... ഞാൻ വരുന്നില്ല." സുധാകർ കാറിന്റ ബ്രേക്കിൽ ആഞ്ഞു ചവുട്ടി.

"എന്ത്?"

"കാർ എടുത്തോ. എന്നെ ഏതെങ്കിലും കൊള്ളാവുന്ന ഹോട്ടലിനു മുന്നിൽ ഇറക്കൂ. ഞാൻ രണ്ടു ദിവസം കഴിഞ്ഞു വരാം."

എന്റെ തീരുമാനം അംഗീകരിക്കാതിരിക്കുവാൻ സുധാകറിനു നിർവ്വാഹം ഇല്ലായിരുന്നു.

2018 ജുലായ് 13 തിങ്കൾ 10.30am

ഗോവയിലെ ഏറ്റവും പ്രചാരമുള്ളതും പാരമ്പര്യം അവകാശപ്പെടാവു
ന്നതും ആയ ദിനപ്പത്രം ആണ് 'ഹെറാൾഡ്'. കഴിഞ്ഞ നൂറ്റാണ്ടിന്റെ
ആരംഭത്തിൽ ഒരു പോർച്ചുഗീസ് ന്യൂസ് പേപ്പർ ആയിട്ടാണ് തുടക്കം
എങ്കിലും എൺപതുകളിൽ ഇംഗ്ലീഷ് പത്രമായി ഇത് പരിണാമം കൊണ്ടു.
നൂറ്റാണ്ട് പഴക്കം ഉള്ള പത്രമാഫീസിന്റെ, അതിലും പഴക്കം ഉള്ള
പൊടിപടലങ്ങളെ ആവാഹിച്ച ആർക്കൈവ്സ്കൾക്കിടയിൽ നിന്ന് 98
ഡിസംബർ മാസത്തിലെ ദിവസങ്ങളിലെ വാർത്തകൾ തിരയുന്നതിന്
ഇടയ്ക്കാണ് മൊബൈൽ ശബ്ദം ഉണ്ടാക്കിയത്. പുനർജനിയിൽ നിന്ന്
രജനിയുടെ കോൾ.

"എന്താ രജനീ?"

"സർ... there is an issue"- അവളുടെ ശബ്ദത്തിലെ പതറിച്ച സ്പഷ്ട
മായിരുന്നു.

"എന്തുപറ്റി?"

"ഞാൻ ഡോക്ടർ അഭിലാഷിനു കൊടുക്കാം." രജനി വേഗം ഫോൺ
ഡോ കർത്തയ്ക്ക് കൈമാറി.

"ഹലോ അലക്സ്... റിയ ഈസ് സിക്ക്... യൂ ഷുഡ് കം ബാക്ക്
ഇമ്മീഡിയറ്റ്ലി."

പുനർജ്ജനിയിലെ സീനിയർ സൈക്യാട്രിസ്റ്റിന്റെ സ്വരത്തിൽ
ആശങ്കയുടെ ഇടർച്ച ഉണ്ടായിരുന്നു. സ്ഥിതി ഗൗരവം ഉള്ളതാണ് എന്ന്
ബോദ്ധ്യപ്പെട്ടു പഴയ വാർത്തകളെ വീണ്ടും മറവിയുടെ സുരക്ഷിതത്വ
ത്തിലേക്ക് പറഞ്ഞയയ്ക്കുവാൻ തുടങ്ങുമ്പോഴാണ് ക്ലൈമാക്സിൽ
വെളിപ്പെടുവാനുള്ള ആദ്യ ടിസ്റ്റ് പ്രത്യേകിച്ചു ഒരു മുന്നറിയിപ്പും
കൂടാതെ, ആ ന്യൂസ്റിപ്പോർട്ടിന്റെ രൂപത്തിൽ എന്റെ കണ്ണിൽ ഉടക്കിയത്.

അതിന് ആൻഡ്രോയിഡ് ഗാലറിയിൽ മെഗാപിക്സലുകളാക്കി
അഭയം നൽകി ഞാൻ പുനർജ്ജനിയിലേക്ക് തിരിച്ചു.

2018 ജുലായ് 13 തിങ്കൾ 10pm

പുനർജനിയിൽ എത്തുമ്പോൾ ഡോ. അഭിലാഷ് കർത്തയും രജനിയും എന്നെ കാത്തുനിൽപ്പുണ്ടായിരുന്നു. ഗൗരവമായ എന്തോ ഒന്ന് ഡോക്ടർക്ക് എന്നോടു പറയുവാനുണ്ട് എന്ന് അദ്ദേഹത്തിന്റെ മുഖഭാവത്തിൽനിന്ന് വ്യക്തമാകുന്നുണ്ട്.

"അലക്സ്... റിയ ഈസ് സിക്ക്..."

"ഞാൻ ഇവിടെ നിന്ന് പോകുന്ന ദിവസം രജനി എന്നെ അറിയിച്ചിരുന്നു, അവൾക്കു ചെറിയ പനിയുണ്ടെന്ന്. തിരക്കുകൾ കാരണം എനിക്കവളെ വന്നു കാണാൻ പറ്റിയില്ല..."

നിഷേധഭാവത്തിൽ ശിരസ്സാട്ടി ഡോക്ടർ പറഞ്ഞു.

"അത്ര സിമ്പിൾ അല്ല അലക്സ്, ഞാൻ ഇപ്പോഴും പരിശോധിച്ചിരുന്നു. She has chest signs and the fever is not coming down. അവളുടെ ബ്ലഡ് ടെസ്റ്റ് റിപ്പോർട്ടുകൾ ലഭ്യമായിട്ടുണ്ട്.

"അതിൽ...?"

"അതാണ് എന്നെ കുഴക്കുന്നത്... ഒരു വൈറൽ പനിയുടെ ലക്ഷണം പോലും അതിൽ ഇല്ല..."

"പനി തുടങ്ങിയിട്ട് ഇപ്പോൾ എത്ര ദിവസമായി ഡോക്ടർ...?"

"The Fever started four days back..."

"അതായത് ഇന്നേക്കു നാലാം ദിവസം. അസുഖത്തിന്റെ ആദ്യദിനങ്ങൾ ആയതുകൊണ്ട് രക്തപരിശോധനയിൽ പ്രതിഫലിക്കാത്തത് ആയിക്കൂടെ ഡോക്ടർ...?"

കസേര വലിച്ചിട്ട് ഡോ. കർത്തയോട് ഇരിക്കുവാൻ ആംഗ്യം കാണിച്ച് ഞാൻ ചോദിച്ചു.

"It's a possibility... but..."

ഏ.സി. വെന്റിലെ പൂപ്പൽ ബാധയെ തുറിച്ചു നോക്കിക്കൊണ്ട് അല്പ നേരത്തേക്കു അദ്ദേഹം ചിന്തയിൽ മുഴുകി.

"....but..?"

"The neutrophils, lymphocytes... എല്ലാം perfectly normal ആണ്... highly unusual... ആദ്യഘട്ടത്തിലെ ടെസ്റ്റുകൾ ആയാൽപ്പോലും കുറച്ചെങ്കിലും വ്യതിയാനം ഇവയിൽ കാണേണ്ടതാണ്..."

"സാധാരണ പരിശോധനകളിൽ കാണാത്ത ഏതെങ്കിലും അപൂർവ്വ വൈറസ്...?" നിപായുടെയും എച്ച് വൺ എൻ വണ്ണിന്റെയും സാധ്യത കളിൽത്തട്ടി എന്റെ കണ്ണമിടറി.

"രോഗിയുടെ നില അതിവേഗം മോശമാവുകയാണ്. ഇന്നലെ ഞാൻ റൗണ്ട്സ് എടുക്കുമ്പോൾ കണ്ട റിയ അല്ല ഇന്ന്. രാവിലെ പരിശോധി ക്കുമ്പോൾ തീർത്തും അവശയായിരിക്കുന്നു അവൾ... അതുകൊണ്ടാണ് ഞാൻ അലക്സിനോട് തിരിച്ചു വരാൻ പറഞ്ഞത്. നിങ്ങൾ ആണ് തീരുമാനം എടുക്കേണ്ടത്."

സമയം പത്തര കഴിഞ്ഞു എന്ന് അപ്പോഴാണു ശ്രദ്ധിച്ചത്. ഇത്തരത്തിൽ ഒരു കഥാവഴി ഞാൻ തീരെ പ്രതീക്ഷിച്ചതുമായിരുന്നില്ല.

"So, what do you suspect doctor...?"

"What should we do now...?"

"I think we should shift her to a bigger hospital. എത്രയും വേഗം അവളെ മെച്ചപ്പെട്ട സൗകര്യങ്ങൾ ഉള്ള ആശുപത്രിയിലേക്കു മാറ്റണം..." അർത്ഥശങ്കകൾക്ക് ഇടമില്ലാതെ ഉറച്ച ശബ്ദത്തിൽ ഡോക്ടർ പ്രസ്താ വിച്ചു.

"Doctor, do you think this infection is contagious? ഇതു പകരാൻ സാധ്യതയുള്ളതാണോ....?"

തികട്ടിവന്ന സംശയം ചോദിക്കാതിരിക്കാൻ കഴിഞ്ഞില്ല. ഞാൻ കരു തിയത് അതുകേട്ട് ഡോ. കർത്ത ക്ഷുഭിതനാവുമെന്നായിരുന്നു. പക്ഷേ, അക്ഷോഭ്യനായി അദ്ദേഹം ഉരുവിട്ടു.

"സാധ്യതകൾ അനവധിയാണ് അലക്സ്. ലക്ഷണങ്ങൾ ആരംഭിച്ച് നാല് ദിവസത്തിനുള്ളിൽ തന്നെ, കിടക്കയിൽ നിന്നു എഴുന്നേൽക്കുവാൻ പോലും ബുദ്ധിമുട്ടായവണ്ണം രോഗിയെ കീഴ്പ്പെടത്തിയ ഈ അണുബാധ, സാംക്രമികം അല്ല എന്നു ഉറപ്പിച്ചു പറയാൻ മാത്രം യാതൊന്നും ഇപ്പോൾ നമ്മുടെ മുന്നിലില്ല."

നൂറോളം വരുന്ന പുനർജ്ജനിയിലെയും റിസോർട്ടിലെയും അന്തേ വാസികൾ... എന്റെ ദൈവമേ... നെഞ്ചിലൂടെ നൂറ് വെടിയുണ്ടകൾ ഓടി ക്കയറിയതിന്റെ ഭാരം എനിക്കനുഭവപ്പെട്ടു. പേടിക്കുവാനുള്ള സമയ മല്ലിത്.... ധൈര്യം സംഭരിക്കുവാൻ മനസ്സു പുതുവഴികൾ തേടി.

"We will shift her at the earliest, doctor..."

വലിയ ഹോസ്പിറ്റലിലേക്കു കൊണ്ടുപോകുന്നതിനു മുമ്പ് അവളെ പോയി കാണണമെന്നനിക്കുണ്ടായിരുന്നു. പക്ഷേ ഡോ. അഭിലാഷിന്റെ സ്നേഹപൂർവ്വമുള്ള വിലക്കിനു മുന്നിൽ തോറ്റു കൊടുക്കേണ്ടി വന്നു.

"What if it is a contagion... പകരുന്നതാണെങ്കിൽ..."

എങ്ങോട്ടാണ് (ഇനിയും പേരറിയാത്ത ഇവളുടെ) 'റിയ'യുടെ കഥ പോകുന്നത്?

നഗരത്തിന്റെ ഹൃദയത്തിലുള്ള, അത്യാധുനിക സൗകര്യങ്ങൾ ഉണ്ടെന്ന് പരസ്യപ്പെടുത്തിയ പഞ്ചനക്ഷത്ര ആതുരാലയത്തിലേക്കാണ് റിയയെ റെഫർ ചെയ്തത്. അവളുടെ സംരക്ഷണം പുനർജ്ജനിയുടെ ചുമതല ആയിരുന്നതിനാൽ റിസ്ക് എടുക്കുവാൻ ഞാൻ ഒരുക്കം ആയിരുന്നില്ല. എന്തു വില കൊടുത്തും അവളെ ഇതിൽ നിന്നും രക്ഷിച്ചേ പറ്റൂ. നില ഗുരുതരം ആയിരുന്നതിനാൽ മെഡിക്കൽ ഐസിയുവിൽ ആണ് അവളെ പ്രവേശിപ്പിച്ചത്. മുഴുവൻ സമയവും രജനിയോ ഞാനോ തീവ്രപരിചരണ വിഭാഗത്തിനു പുറത്ത് കാവൽ നിന്നു. Trained nurse ആയതുകൊണ്ടും ആശുപത്രിയുടെ സി.ഇ.ഒ. എന്റെ പഴയ പരിചയക്കാരിൽ ഒരുവൻ എന്ന സൗജന്യം ലഭിച്ചതിനാലും ജൂഹി ശർമ്മയ്ക്ക് ഐ.സി.യു.വിൽ ആശു പത്രിയിലെ മറ്റു ജീവനക്കാർക്കൊപ്പം റിയയെ പരിചരിക്കുവാൻ അനുമതി ലഭിച്ചു. മുഴുവൻ സമയവും അവളുടെ നിഴലുപോലെ, കണ്ണു ചിമ്മാതെ ജൂഹി കിടക്കയ്ക്ക് അരികിൽ ഇരുന്നു.

നാലു ദിനരാത്രങ്ങൾ ഞങ്ങളെയും കടന്നുപോയി. എന്തുചെയ്യണമെന്ന് എനിക്ക് ഒരു രൂപവുമില്ലായിരുന്നു. ഉപദേശങ്ങൾക്കു വേണ്ടി ആശ്രയമാ വാറുള്ള സുധാകറിനെയും ലഭ്യമല്ലായിരുന്നു. അയാളുടെ സ്ഥാപനം സംഘടിപ്പിക്കുന്ന അന്താരാഷ്ട്ര വാർത്താ കോൺക്ലേവിന്റെ സംഘാടന വുമായി ബന്ധപ്പെട്ട് പത്തു ദിവസത്തോളം ബാംഗ്ലൂരിൽ ആയിരിക്കും എന്ന് അയാൾ അറിയിച്ചിരുന്നു.

പോള വീർത്ത കണ്ണുകളുമായി, ജൂഹി എന്റെ ബെഞ്ചിനടുത്ത് എത്തുമ്പോഴേക്കും തളർന്നു ഞാൻ മയങ്ങിപ്പോയിരുന്നു. അവൾക്ക് രണ്ട് വാർത്തകളായിരുന്നു എന്നോടു പറയുവാൻ ഉണ്ടായിരുന്നത്.

ഇത്രയും ദിവസങ്ങളായിട്ടും റിയയെ ബാധിച്ചിരുന്ന അണുബാധ ഏതാണെന്ന് ചികിത്സകർക്ക് കണ്ടെത്തുവാൻ സാധിച്ചിട്ടില്ല എന്നുള്ള തായിരുന്നു ആദ്യത്തേത്.

സാധ്യമായ എല്ലാ മരുന്നുകളും നൽകിയിട്ടും റിയയുടെ അവസ്ഥ തീരെ മോശമായിരിക്കുന്നുവെന്നും അവളുടെ ശ്വാസ-നിശ്വാസങ്ങളെ ഇപ്പോൾ നിയന്ത്രിക്കുന്നത് വെന്റിലേറ്റർ ആണെന്നുമായിരുന്നു രണ്ടാമ തായി അവൾ പറഞ്ഞത്.

"I think it is over..." നിർവ്വികാരത തുളുമ്പുന്ന അവളുടെ കണ്ണുകളിൽ ആ വാക്കുകൾ ഞാൻ ദർശിച്ചു.

"അവളെ കയറിക്കാണുന്നുണ്ടോ?"

"ഇല്ല."

ശരീരം ആകെ ട്യൂബുകളാൽ ബന്ധിതയായി മൾട്ടിപ്പാരാമോണിറ്ററകളുടെയും വെന്റിലേറ്ററിന്റെയും അപസ്വരങ്ങൾക്കിടയിൽ മൃതിയുടെ ദൂരം അളന്നു കിടക്കുന്ന അവളെ കാണാൻ മനസ്സ് അനുവദിച്ചില്ല. കൂടുതൽ ഒന്നും പറയാതെ, റിയയുടേതായി അവളുടെ പക്കൽ ഉണ്ടായിരുന്ന വസ്തുവകകൾ എന്റെ കൈത്തണ്ടയിലേക്കു വെച്ചിട്ട് ഫോർമാലിൻ മണമുള്ള ആ വരാന്തയിലൂടെ ജൂഹി ശർമ്മ നടന്നകന്നു. നയനങ്ങളിൽ നനവ് പടരുന്നത് ഞാൻ അറിഞ്ഞു.

അദ്ഭുതങ്ങൾക്കായി കാക്കുക എന്നതല്ലാതെ മറ്റൊന്നും എനിക്കു ചെയ്യുവാൻ ഇല്ലായിരുന്നു. റിയ സൂസൻ എന്ന വ്യാജപ്പേരുമായി ഞങ്ങൾക്ക് ഇടയിലേക്ക് – എങ്ങുനിന്നോ വന്ന്, എപ്പോഴെക്കെയോ ഞങ്ങളിൽ ഒരു വളാണെന്നു തോന്നിപ്പിച്ചവൾ. വായന പൂർത്തിയാക്കാത്ത പുസ്തകം പോലെ റിയ കേസ് പാതിവഴിയിൽ മുറിഞ്ഞുപോകുന്നു. സുധാകർ പറഞ്ഞതുപോലെ ഈ അന്വേഷണം തന്നെ ഒരു പാഴ്‌വേല ആയി മാറിപ്പോവുന്നു. സിദ്ധാർത്ഥിന് എന്തു സംഭവിച്ചുവെന്നോ ബസ്സ് അപകടത്തിലെ ദുരൂഹത എന്തായിരുന്നുവെന്നോ 'ജാൻ-ജെ' ബാർ ഉം ജെനിയും റോണിയുമെല്ലാം എവിടെയാണെന്നോ ഒന്നും ഇനി ഒരിക്കലും പുറംലോകം അറിയില്ല. ഇരയും അന്വേഷകനും ഒരുപോലെ തോറ്റു പോയിരിക്കുന്നു. വേറെയൊന്നും പ്രവർത്തിക്കുവാൻ ഇല്ലാഞ്ഞതിനാൽ റിയയുടേതായി ജൂഹി കൈമാറിയ കവർ തുറന്നു നോക്കി. വസ്ത്രങ്ങളുടെ ഇടയിൽ നിന്ന് ഒരു പോക്കറ്റ് ഡയറി താഴെ വീണു. കൗതുകത്തിന് അതൊന്നു മറിച്ചു. റിയയെ പരിചരിക്കുന്ന സമയങ്ങളിൽ ജൂഹി ശർമ്മ സൂക്ഷിച്ചിരുന്ന 'പേഷ്യന്റ് കെയർ നോട്ട്സ്'. ചിട്ടയായ സേവനം നൽകി ഒരു രൂപ പോലും പ്രതിഫലമായി വാങ്ങാതെ രംഗമൊഴിഞ്ഞ ആ നിസ്വാർത്ഥയായ നഴ്സിനോടുള്ള എന്റെ ആദരവ് ഇരട്ടിച്ചു. ഡയറി കവറിലേക്കു തന്നെ തിരിച്ചുവെച്ചു.

"സർ, ഞാൻ ഇവിടെയുണ്ടാവും. അങ്ങ് പുനർജ്ജനിയിൽ ചെന്നോളൂ..." തോളിലെ നനുത്ത സ്പർശവും നിർമ്മലമായ വാക്കുകളും രജനിയുടേതായിരുന്നു. എന്തുകൊണ്ടോ, അത് അവഗണിക്കണമെന്ന് തോന്നിയില്ല. പക്ഷേ മനസ്സിന്റെ പിന്നാമ്പുറങ്ങളിൽ ഒരു കരട് ബാക്കിയായതിന്റെ അസ്കിത തലച്ചോറിനെ മത്ത് പിടിപ്പിക്കുന്നുണ്ടായിരുന്നു.

കാർ സ്റ്റാർട്ടാക്കുമ്പോഴും മനസ്സിനെ കലുഷിതമാക്കുന്നത് എന്താണെന്നു നിശ്ചയമില്ലായിരുന്നു. നിനച്ചിരിക്കാതെയുള്ള റിയയുടെ

വ്യാധിയും അതിന്റെ കാഠിന്യവും പരിസമാപ്തിയും സിരകളെ ഭ്രാന്തിന്റെ വക്കിലെത്തിച്ചിരുന്നു.

"കൊച്ചി ഡയറീസ്... നിങ്ങളോടൊപ്പം ആര്.ജെ. നീന..." കാറിലെ എഫ്.എം. റേഡിയോ മിണ്ടിത്തുടങ്ങിയിരുന്നു. പെട്ടെന്ന് ഒരു നിമിഷം മനസ്സിനെ ബാധിച്ച് കരട് ആഴിത്തിരമാല കണക്കെ എന്റെ തലച്ചോറി ലേക്ക് ആർത്തിരമ്പി വന്നു.

ആ ഡയറി... ആ പോക്കറ്റ് ഡയറി... അതിലെ അക്ഷരങ്ങൾ..."

സീൽക്കാരത്തോടെ കാർ ഇരമ്പിനിന്നു.

പിൻസീറ്റിൽ അലക്ഷ്യമായി എറിഞ്ഞിരുന്ന കവറിൽ നിന്ന് ജൂഹി ശർമ്മയുടെ പോക്കറ്റ് ഡയറി ഒരാവർത്തി കൂടി കയ്യിലേക്കു എടുക്കു മ്പോൾ വിരലുകൾ വിറയ്ക്കുന്നുണ്ടായിരുന്നു.

അവസാനപേജിൽ കോറിയിട്ടിരുന്ന ദുരൂഹമായ അക്കങ്ങൾ എന്നെ നോക്കി പല്ലിളിച്ചു.

Green shoot- 0.5 g, 1.5, 2.8, 4, 6.5 g...

ആദ്യകാഴ്ചയിൽ നിർദോഷം എന്നു തള്ളിയ അക്ഷരങ്ങൾ അതിനു കീഴെ ആരോടെന്നില്ലാതെ കുറിച്ചിട്ട വാക്കുകൾ...

"Green shoot daily dose..."

തല ചുറ്റുന്നതു പോലെ തോന്നി

ജൂഹിയെ ഫോണിൽ ബന്ധപ്പെടുവാനായി ഡയൽ ചെയ്തു.

"ആപ്പ് ഡയൽ കിയാ നമ്പർ അഭി സ്വിച്ച്ഡ് ഓഫ് ഹൈൻ..."

(നിങ്ങളുടെ ഫോൺ സ്വിച്ച്ഡ് ഓഫ് ആണ്)

2018 ജൂലായ് 15 ശനി 11.30pm

Green shoot- 0.5 g, 1.5, 2.8, 4, 6.5 g....

"green shoot daily dose..."

"ഗുഡ് ബൈ ജെനി."

"എന്താണ് ഗ്രീൻ ഷൂട്ട് എന്ന് ജൂഹി രേഖപ്പെടുത്തിയത്? എന്ത് മരുന്നാണ് അത്? എന്തിനാണ് റിയയുടെ കെയർ നോട്ട്സിൽ ജെനി ക്ക് ഗുഡ് ബൈ പറഞ്ഞിരിക്കുന്നത്? ജെനി തന്നെ ആണോ ഇനി റിയ? പക്ഷേ അത് ജൂഹിക്ക് എങ്ങനെ അറിയാം? I have a bad feeling about this."

പോയ മണിക്കൂറുകളിലെ വാചകങ്ങൾ എന്നെ വേട്ടയാടാൻ തുടങ്ങി യിരുന്നു.

"ഈ അണുബാധ സാംക്രമികം ആവില്ല എന്ന ഉറപ്പ് പറയാൻ... യാതൊന്നും നമ്മുടെ മുന്നിലില്ല...!"

"ഐ തിങ്ക് ഇറ്റ് ഈസ് ഓവർ..."

"ആപ് ഡയൽ കിയാ ഗയാ നമ്പർ അഭി സ്വിച്ച്ഡ് ഓഫ് ഹെൻ..."

ഉടമസ്ഥൻ ഉപേക്ഷിച്ചുപോയ നായക്കുട്ടിയെപ്പോലെ, ജൂഹിയുടെ മൊബൈൽ നമ്പർ സ്വിച്ച്ഡ് ഓഫ് ആയിത്തന്നെ തുടർന്നു. അമ്പരപ്പി ന്റെയും അവിശ്വാസത്തിന്റെയും ചുഴിയിൽപ്പെട്ട് എന്റെ സമനിലതന്നെ മുങ്ങിത്താഴും എന്നു തോന്നി. എന്തായിരിക്കും അവളുടെ ഡയറിയിലെ കുറിപ്പുകളുടെ പൊരുൾ? യാന്ത്രികമായി കാറിന്റെ ഗിയർ ചലനങ്ങളെ നിയന്ത്രിക്കുമ്പോൾ ഭയപ്പെടുത്തുന്ന സാധ്യതകളിൽ മനസ്സ് കുടുങ്ങി ക്കിടക്കുകയായിരുന്നു. തലച്ചോറിന്റെ ഇടനാഴിയിൽ ഒളിച്ചിരുന്ന സംശയ ങ്ങളുടെ ചിലമ്പൽ ഡോ. അഭിലാഷ് കർത്തയുടെ വീടിനു മുന്നിലാണ് എന്റെ കാറിനെ എത്തിച്ചത്. കോളിംഗ് ബെല്ലിന്റെ കടിഞ്ഞാണിൽ രണ്ടാ വർത്തി വിരലുകൾ അമർന്നപ്പോഴേക്കും ഉറക്കം വിങ്ങിയ നയനങ്ങളു മായി ഡോ. കർത്ത വാതിൽ തുറന്നു.

"എന്താ അലക്സ് ഈ സമയത്ത്...?"

"അർദ്ധരാത്രി വന്നു കിടക്കപ്പായയിൽ നിന്ന് എഴുന്നേൽപ്പിച്ചിട്ട് ക്ഷമാ പണം പറഞ്ഞിട്ടൊന്നും കാര്യമില്ലെന്ന് അറിയാം. But this was urgent. എനിക്ക്..."

"പറഞ്ഞോളൂ... എന്താണെങ്കിലും..."

"ഡോക്ടർ അന്നു പറഞ്ഞിരുന്നു, റിയയുടെ രോഗം പകരുവാൻ വളരെ സാധ്യതയുള്ള ഒന്നാണെന്ന്..."

"അതേ."

"അവളുടെ പനി തുടങ്ങിയിട്ട് ഒരാഴ്ചയോളം ആവുന്നു. ഇതുവരെ പുനർജ്ജനിയിൽ ആർക്കെങ്കിലും സമാനലക്ഷണങ്ങൾ ഉണ്ടായി ട്ടുണ്ടോ...?"

"താങ്ക്ഫുള്ളി നോ. ഇതുവരെയില്ല..."

"ഇനി അഥവാ അത് പകർന്നിരുന്നുവെങ്കിൽ, ഏറ്റവും ആദ്യം അതു കാണേണ്ടിയിരുന്നത് രോഗിയുമായി പരമാവധി അടുത്ത് ഇടപഴകി യിരുന്നവരിൽ അല്ലേ...? ഞാനും താങ്കളും അടക്കം ഉള്ളവർ..?"

"അതേ... പ്രൈമറി 'ക്വാറന്റൈൻ' ലിസ്റ്റ് തയ്യാറാക്കിയാൽ ജൂഹി ശർമ്മ, ഞാൻ, നിങ്ങൾ, രജനി... ഇവരെല്ലാമാവും ഏറ്റവും മുന്നിൽ വരിക..."

"They all are perfectly healthy till now. ഇവർക്കാർക്കും ഈ നിമിഷംവരെ യാതൊരു പ്രശ്നങ്ങളും റിപ്പോർട്ട് ചെയ്തിട്ടില്ല..."

ഡോ. കർത്തയുടെ ശബ്ദത്തിനു ശക്തി കൂടിക്കൂടി വന്നു. അതിനു സമാന്തരമായി എന്റെ ചിന്തകളും വ്യക്തത ആർജ്ജിക്കുന്നത് ഞാൻ അറിഞ്ഞു. ഉറച്ച ശബ്ദത്തിൽ ഞാൻ ചോദിച്ചു.

"Doctor, what if it was not an infection?"

"അലക്സ് എന്താണു ഉദ്ദേശിക്കുന്നത്...?"

"ഉള്ളിൽച്ചെന്നാൽ രോഗം ബാധിച്ചതുപോലെയുള്ള ലക്ഷണങ്ങൾ ഉളവാക്കുന്ന ഏതെങ്കിലും രാസപദാർത്ഥങ്ങൾ ആണ് അവളുടെ രോഗ ത്തിന് കാരണം എങ്കിൽ...?"

ചോദ്യത്തിന്റ ഭാരം അളക്കാനെന്നോണം ഡോ. കർത്ത ചുമരിലെ പ്ലാസ്റ്റർ അല്പം ഇളകിത്തെറിച്ച ഭാഗത്തേക്കു നോക്കിക്കൊണ്ട് അല്പ നേരം മൗനത്തെപ്പുൽകി നിന്നു. അയാളുടെ ചിന്തകൾക്ക് വല്ലാത്തൊരു കനമുള്ളതായി തോന്നി. നിശ്ശബ്ദതയുടെ പിടിയിൽ നിന്നു കുതറിമാറി പുരികം ചുളിപ്പിച്ചു കൊണ്ടു എന്റെ മുന്നിലേക്ക് തിരിഞ്ഞു ഡോക്ടർ പറഞ്ഞു

"അർസെനിക്ക്, പോളോണിയം, താലിയം... ഇവ മൂന്നും രോഗങ്ങളെ പ്പോലെ തോന്നിച്ച് ശരീരത്തെ ബാധിക്കുന്ന 'സ്ലോ പോയിൻസ്' ആണ്.

രക്തത്തിൽ ഇവയുടെ അളവ് കണ്ടുപിടിക്കുക എന്നത് വളരെ ദുഷ്കരവും... ബട്ട്....ഇത് ഇപ്പോൾ ചോദിക്കാൻ കാരണമെന്താണ് മോറിസ്...?" ഡോക്ടറുടെ മുഖം ആശ്ചര്യത്താൽ വിവർണ്ണമായി.

"ഗ്രീൻ ഷൂട്ട്, അങ്ങനെ ഒരു വിഷപദാർത്ഥം ഉണ്ടോ?" ആ ചോദ്യം എന്റെ നാവുകടന്നു വന്നത് എങ്ങനെ ആണ് എന്ന് അജ്ഞാതം.

"എന്റെ അറിവിൽ ഇല്ല." ഡോക്ടർ ആലോചിച്ചു കൊണ്ട് പറഞ്ഞു.

"ഇത് ഒക്കെ ഇപ്പോൾ ചോദിക്കാൻ കാരണമെന്താണ് മോറിസ്...?"

"കൂടുതൽ വ്യക്തമാക്കുവാൻ ഇപ്പോൾ എനിക്കാവില്ല. ചില അനുമാനങ്ങൾ അത്ര മാത്രം. അതു സത്യമാവരുതേ എന്നു പ്രാർത്ഥി ക്കുന്നു. Everything will be clear within a few hours. മടങ്ങി വന്നിട്ട് എല്ലാം വിശദമായി പറയാം. But for now, kindly dont share this with anyone."

"But Alex..." പിന്നിൽ നിന്ന് ഡോ. കർത്ത എന്തോ പറയുവാൻ തുടങ്ങിയത് വകവെയ്ക്കാതെ ഞാൻ കാറിനെ ലക്ഷ്യമാക്കി നടന്നു. ഞങ്ങൾക്കിടയിൽ നിന്നിരുന്ന കുറ്റിയില്ലാത്ത വാതിലിനെ എന്നോടൊപ്പം മുറിയുടെ പുറത്തേക്കിറങ്ങിയ കാറ്റ് ചവുട്ടിയടച്ചു. കാറിനുള്ളിൽ കയറി അടുത്ത ലക്ഷ്യത്തിലേക്ക് യാത്ര ആരംഭിക്കും മുൻപ് ഒരു ഫോൺകോൾ കൂടി ചെയ്യേണ്ടിയിരുന്നു. നേരം പുലർച്ചെ അഞ്ചുമണിയോട് അടുത്തി രുന്നതിനാൽ, അങ്ങേത്തലയ്ക്കൽ മറുപടിയുമായി ഒരു നാവ് ഉണർന്നിരി പ്പുണ്ടാവും എന്ന പ്രതീക്ഷ നന്നേ നേർത്തിരുന്നു, സെൽഫോണിന്റെ ഡയൽപാഡിനെ തൊട്ടു ഞെരുക്കുമ്പോൾ.

"ഹലോ... r.k.caterers and restaurant മറവൻമേട്..."

തമിഴ് കലർന്ന മലയാളം എന്റെ കാതുകളെ തേടിയെത്തി.

3.15 A.M.

ഇരുട്ടിന്റെ പുഴയെ കീറിമുറിച്ചു കാർ ചെന്ന് നിന്നത് സുധാകറിന്റെ ഭവനത്തിനു മുന്നിലായിരുന്നു. ബാംഗ്ലൂരിലെ കോൺക്ലേവ് കഴിഞ്ഞു അയാൾ നഗരത്തിൽ തിരിച്ചെത്തിയോ എന്നുള്ളത് വ്യക്തമായിരുന്നി ല്ലെങ്കിലും എന്റെ കണ്ടെത്തലുകളെ ശരിവയ്ക്കാൻ അയാളുടെ സാന്നിദ്ധ്യം ആവശ്യം ആയിരുന്നു.

കാറിന്റെ വെളിച്ചപ്പൊട്ട് കൂർത്ത്, കിളിരം കൂടിയ ഇരുമ്പുഗേറ്റിന്റെ അഗ്രങ്ങളിൽത്തട്ടി പ്രതിഫലിച്ചു. പിന്നിൽ മൂകസാക്ഷിയായി നില കൊണ്ട വീട് ഉറക്കത്തിന്റെ ആലസ്യത്തിലായിരുന്നതിനാൽ വണ്ടിയു മായി അകത്തു കടന്ന എന്നെ കാണാത്ത മട്ടിൽ നിന്നു. രാത്രിയുടെ നിശ്ശബ്ദതയിൽ ഭീതിയുടെ ഈയലുകൾ എന്റെ ഉള്ളിൽ ചിറകടിച്ചുയരു ന്നത് ഞാൻ അറിഞ്ഞു. മുന്നോട്ടുള്ള വഴിയിൽ അവ മാർഗ്ഗതടസ്സം

സൃഷ്ടിക്കാതിരിക്കാൻ ആക്സിലേറ്ററിൽ ഒന്നുകൂടി ശക്തിയായി കാലുകൾ അമർത്തി. വിശാലമായ പറമ്പ് കടന്ന് ഇരുനിലക്കെട്ടിടത്തിന്റെ മുന്നിൽ എത്തും വരെ ഈയലുകൾക്ക് പിടികൊടുക്കാതെയിരിക്കാൻ സഹായിച്ച പാദങ്ങൾക്കു നന്ദി പറഞ്ഞു വണ്ടി നിർത്തി പുറത്തേക്കിറങ്ങി.

വീട്ടിനകത്ത് ആരുമില്ല എന്ന തോന്നലാണ് ആദ്യകാഴ്ചയിൽ ഉണ്ടായ തെങ്കിലും ഇടത്തേവശത്തെ മുറിയിൽ ചെറിയ വെളിച്ചം കണ്ടത് അങ്ങോട്ടേക്ക് നയിച്ചു. സുധാകറിനെ ഒരു വട്ടം കൂടി ഫോണിൽ ബന്ധപ്പെടുവാൻ ശ്രമിച്ചെങ്കിലും 'പരിധിക്കു പുറത്താണ്' എന്ന സ്ഥിരം പല്ലവി പറഞ്ഞ് റിക്കാർഡ്സ് സ്ത്രീശബ്ദം നിരാശ സമ്മാനിച്ചു.

വെട്ടം കണ്ട മുറിയുടെ വശത്തേക്ക് നടന്നടുക്കുമ്പോൾ ഭയത്തിന്റെ നനുത്ത പതുമ്മൽ എന്നെ സ്പർശിച്ചു കഴിഞ്ഞിരുന്നു. ജനലഴികൾ ക്കിടയിലൂടെ അകത്തേക്ക് നോക്കുമ്പോൾ എന്താണ് പ്രതീക്ഷിക്കേണ്ടത് എന്ന് തീർച്ച ഇല്ലായിരുന്നു. ചുമരിനോട് പുറംതിരിഞ്ഞ് കസേരയിലിരി ക്കുന്ന യുവാവിന്റെ വിരലുകൾ ആണ് ആദ്യം ശ്രദ്ധയിൽപ്പെട്ടത്. അയാൾ മുന്നിലിരുന്ന ടീപ്പോയിക്കു മുകളിൽ വെച്ചിരുന്ന ലാപ്ടോപ്പിൽ എന്തോ ടൈപ്പ് ചെയ്യുകയായിരുന്നു. പുറത്തെ അനക്കം കേട്ടു എന്ന മട്ടിൽ നൊടി യിൽ ശിരസ്സ് വെട്ടിച്ചു നടന്നു. വാതിലിനെ ലക്ഷ്യമാക്കി നടക്കാം എന്ന തീരുമാനത്തിലേക്ക് എത്തുമ്പോഴേക്കും കാതുകളിൽ ആ പരിചിത ശബ്ദം മുഴങ്ങി-

"അലക്സ്, പ്ലീസ് കം ഇൻസൈഡ്."

ജുലായ് 19 ഞായർ 4.15am

വിശാലമായ ഡ്രോയിംഗ് റൂമിലേക്ക് ആനയിച്ചു കൊണ്ടുള്ള സുധാ
കരന്റെ ക്ഷണം.

"അകത്തേക്ക് വരൂ അലക്സ്."

സമാധാനം! അയാൾ ഇവിടെ ഉണ്ടല്ലോ. ആശ്വാസം. ഞാൻ അക
ത്തേക്ക് കയറി.

പുറത്തുള്ള 'ഹൊറർ' ഫീൽ ഒന്നും സുധാകരന്റെ ഭവനത്തിന്റെ
അകത്തളത്തിനില്ല. ദാമ്രോയുടെ മുന്തിയ ഇനം ഫർണിച്ചറുകൾ.
സ്വീകരണ മുറിയുടെ പ്രധാനഭാഗം കയ്യടക്കിയിരിക്കുന്നു. നാല് ചുവരു
കളിലും ഏതോ ആർട്ട് ഗാലറിയിൽ നിന്ന് വലിയ വില കൊടുത്തു
വാങ്ങിയ മട്ടിലുള്ള ഛായാചിത്രങ്ങൾ. ജനാലച്ചില്ലുകളുടെ നാണം
മറയ്ക്കുവാൻ സിൽക്ക് കർട്ടനുകൾ. This guy is bloody rich.

"എന്തായി അലക്സ്, ഈ നേരത്ത്?"

"തന്നെ ഒന്ന് കാണണം എന്ന് തോന്നി."

"കണ്ടോളൂ."

"കണ്ടാൽ മാത്രം പോരാ."

"പിന്നെ?"

"ഒരു ചെറിയ ചോദ്യോത്തരപംക്തി കൂടി പൂരിപ്പിക്കാൻ ഉണ്ട്."

"ഓ, തന്റെ അന്വേഷണം."

കയ്യിലിരുന്ന ഗ്ലാസ്സിലെ നിറമുള്ള വിദേശിവൈനിനെ മുന്നിലെ
ടീപ്പോയിലേക്കു വെച്ച് സോഫയിലിരുന്ന സുധാകർ കുലുങ്ങിച്ചിരിച്ചു
കൊണ്ട് തുടർന്നു.

"എന്തായി അത്? ഗോവയിൽ ഒക്കെ അന്വേഷിച്ചു നിങ്ങൾ ഒടുവിൽ
വില്ലനെ കണ്ടുപിടിച്ചോ?"

വാക്കുകളിൽ പരിഹാസം.

"ക്ലൈമാക്സ് ആയില്ലേ, കണ്ടുപിടിക്കാതിരിക്കാൻ പറ്റില്ലല്ലോ.

പക്ഷേ അതിലേക്ക് കടക്കുന്നതിനു മുൻപ് നിങ്ങൾ ഈ കഥ ഒന്ന് പൂരിപ്പിക്കണമല്ലോ സുധാകർ..."

ധരിച്ചിരുന്ന ജാക്കറ്റിന്റെ ഉൾപോക്കറ്റിൽ കരുതിയിരുന്ന 1998-ലെ 'ഹെറാൾഡ്' പത്രറിപ്പോർട്ടിന്റെ കട്ടിംഗ് സുധാകരന്റെ മുന്നിലേക്ക് ഇട്ടു കൊടുത്ത് ഞാൻ ആദ്യ ട്വിസ്റ്റിനു കളമൊരുക്കി. പ്രതീക്ഷിക്കാതെ മുന്നിലെത്തിയ ചോദ്യത്തിൽ അയാൾ ഒന്ന് പരുങ്ങി.

"What is your comment on this, Sudhakar?"

"Missing Complaints rise in Goa, three people missing in two different incidents." 28/12/1998ലെ ഗോവൻ ദിനപത്രത്തിൽ വന്ന വാർത്തയ്ക്കു കീഴെ ആയി വന്ന റിപ്പോർട്ട് ചൂണ്ടി ഞാൻ ചോദ്യം ആവർത്തിച്ചു.

"ഇതിൽ എന്താ?" മീശ തലോടിക്കൊണ്ട് സുധാകർ നിസ്സംഗത ഭാവിച്ചു.

"ദിസ് ലൈൻ."

മഞ്ഞ മഷിയാൽ ഹൈലൈറ്റ് ചെയ്തിരുന്ന വരികൾ കാട്ടി ഞാൻ ചോദ്യത്തിന് ശക്തി കൂട്ടി.

"On the day of 27 th, 1998 an eighteen year old girl named Zora has been reported missing from Panjim. The complaint was lodged by her siblings, Sudhakar Raj and Juhi Raj. According to them, she was on her way to the bus depot when she went missing. Meanwhile in another reported incident in the state, a boy and girl have gone missing from Donapaula which came into light after the complaint was made by their aunt, Janet stephen."

"ഇനിയും ഓർമ്മ വന്നില്ലേ സുധാകർ? 'ജാൻ-ജെ' റസ്റ്റോ-ബാർ നടത്തിയിരുന്ന ജാനെറ്റ് ജേക്കബ്ബിന്റെ അനന്തിരവർ ജെനിയും റോണിയും ഡോണാപ്പോളയിൽ നിന്നും കാണാതായ അതേ ദിവസം മറ്റൊരു പെൺകുട്ടിയും പന്‍ജിമിൽ നിന്ന് കാണാതെ പോയിട്ടുണ്ട്. ജൂഹിയുടേയും സുധാകറിന്റെയും സഹോദരിയായ സോറ! ഞാൻ സ്വരം കനപ്പിച്ചു

"അതിന്?"

"നിങ്ങൾ ഇത്രയും കാലം എന്നോട് പറഞ്ഞതും ചെയ്തതും ഒക്കെ കളവായിരുന്നു സുധാകർ! Everything was a lie! റിയയുടെ സംരക്ഷണ ത്തിന് എന്ന് എന്നെ വിശ്വസിപ്പിച്ചു നിങ്ങൾ 'പുനർജ്ജനി'യിൽ എത്തിച്ച ജൂഹി ശർമ. അവൾ നിങ്ങളുടെ സഹോദരി ആണ്."

"എന്ത് അസംബന്ധം ആണ് താൻ ഈ പറയുന്നത്? അന്വേഷണം എങ്ങും എത്താത്തതുകൊണ്ട് തന്റെ സമനില തന്നെ തെറ്റിയോ?" സുധാകർ ക്ഷോഭിച്ചു.

"തെറ്റിയത് തന്നെയാണ്. പക്ഷേ, എന്റെ സമനില അല്ല, തന്റെ ഗ്രഹനില. ഇനി ഞാൻ പറയുന്നത് ഒന്നുമല്ല സത്യം എങ്കിൽ, ഇത് എങ്ങനെ നിങ്ങൾ വിശദീകരിക്കും?" ഫോണിലെ ഗ്യാലറി തുറന്നു മറ്റൊരു ഫോട്ടോ എടുത്തു ഞാൻ സുധാകറിന് നേർക്ക് നീട്ടി.

അത് കണ്ട് അയാൾ വിളറി വിയർത്തു.

"ടൈംസ് ഓഫ് 'ഭാരത്'ന്റെ എം.ഡി. പിയൂഷ് മെഹ്ത, ടൈംസിന്റെ സൗത്ത് ബ്യൂറോ ചീഫ് നേസൻ മുരുകേഷന് അവാർഡ് കൊടുക്കുന്ന ചിത്രം ആണ് ഇത് അല്ലേ, സുധാകർ? ഒരു മാസം മുൻപ്, നിങ്ങൾ രാജി വെയ്ക്കുന്നതിന് മുൻപായിരുന്നെങ്കിൽ നിങ്ങൾ വാങ്ങേണ്ട അവാർഡ്... isn't it? മുപ്പത്തി അഞ്ച് ദിവസങ്ങൾക്കു മുൻപ്, അതായത് റിയ പുനർജ്ജനിയിൽ എത്തുന്നതിനും ആറ് ദിവസങ്ങൾക്കു മുൻപ് നിങ്ങൾ ടൈംസിൽ നിന്നും രാജി വെച്ചിരുന്നു- citing perosnal reasons! എന്നിട്ടും ആ പത്രത്തിന്റെ സർക്കുലേഷൻ കൂട്ടാൻ സ്കൂപ്പിന് എന്ന് പറഞ്ഞു എന്നെ വിശ്വസിപ്പിച്ചു താൻ എന്തിനു അവളെ പുനർജ്ജനിയിൽ എത്തിച്ചു? ഗോവയിൽ വെച്ച് അന്വേഷണം നിർത്തി വേഗം നാട്ടിലേക്ക് മടങ്ങാൻ എന്നെ നിങ്ങൾ പലവട്ടം നിർബന്ധിച്ചത് എന്തിനായിരുന്നു?

'ഓഫീസിൽ നിന്നും' വിളി വന്നു എന്ന് കളവു പറഞ്ഞു എന്തിനു നിങ്ങൾ എന്നെ അവിടെ വിട്ടു നാട്ടിലേക്ക് വന്നു? ജൂഹി നിങ്ങളുടെ സഹോദരി ആണെന്ന സത്യം എന്നിൽ നിന്നും നിങ്ങൾ മറച്ചു വെച്ചത് എന്തിനായിരുന്നു? എല്ലാറ്റിനും ഉപരി, നിങ്ങൾ ഗോവ സ്വദേശി ആണെന്നും വർഷങ്ങൾക്കു മുൻപ് ജെനിയേയും റോണിയേയും കാണാതായ അതേ ദിവസം തന്നെ, നിങ്ങളുടെ സഹോദരി സോറയേയും നിങ്ങൾക്ക് നഷ്ടപ്പെട്ടിട്ടുണ്ട് എന്ന യാഥാർത്ഥ്യം എന്നിൽ നിന്നും ഒളിച്ചത് എന്തിനായിരുന്നു?"

"എനിക്ക്..." സുധാകർ എന്തോ പറയുവാൻ ശ്രമിച്ചു.

"ഈ കഥയിലെ വില്ലനെ, ഞാൻ കണ്ടെത്തി കഴിഞ്ഞു സുധാകർ. അത് മറ്റാരുമല്ല നിങ്ങൾ തന്നെ ആണ്. പക്ഷേ ചിലത് കൂടി എനിക്ക് അറിയണം. ആ പാവത്തിനെ പുനർജ്ജനിയിൽ എത്തിച്ചു ജൂഹിയുടെ സഹായത്തോടെ 'സ്ലോ പോയിസൺ' കൊടുത്തു ഇല്ലാതാക്കുവാൻ ശ്രമിക്കുവാൻ മാത്രം എന്ത് തെറ്റാണ് 'റിയ' നിങ്ങളോട് ചെയ്തത് സുധാകർ? എന്തിനാണ് എന്നെ ഈ വിഡ്ഢി വേഷം കെട്ടിച്ചത്? കാണാതായ അവളുടെ ഭർത്താവ് സിദ്ധാർത്ഥും നിങ്ങളുടെ തിരക്കഥ യിലെ കഥാപാത്രം ആയിരുന്നുവോ? You owe me atleast this much!"

ഉരുണ്ടു കയറി വന്ന ക്രോധത്തെ നീട്ടിതുപ്പികൊണ്ട് ഞാൻ മുരണ്ടു.

ജുലായ് 19 ഞായർ 5.00am

എന്റെ ചോദ്യങ്ങൾക്ക് സുധാകർ ഒരു വൃത്തികെട്ട ചിരി ചിരിച്ചു. നിർന്നിമേഷനായി കുറച്ചു നിമിഷങ്ങൾ എന്നെതന്നെ നോക്കിയിരുന്ന ശേഷം തീർത്തും ശാന്തനായി, അക്ഷോഭ്യനായി അയാൾ പറഞ്ഞു തുടങ്ങി.

"നിങ്ങളുടെ കണ്ടെത്തലുകൾ ഒക്കെ തീർത്തും ശരി ആണ് അലക്സ്. അലക്സിന്റെ സംശയങ്ങളും ബാക്കി കഥയും ഞാൻ തന്നെ പൂർത്തീകരിക്കാം. പക്ഷേ അതിനു മുൻപ് ഇതിലെ മറ്റു രണ്ടു പ്രധാന കഥാപാത്രങ്ങളെക്കൂടി കൊണ്ട് വരണമല്ലോ."

പറഞ്ഞു തീർക്കുന്നതിനു മുൻപ് ചുമരിൽ തൂങ്ങിയിരുന്ന ഛായാ ചിത്രത്തിന് അരികിലായി ഘടിപ്പിച്ചിരുന്ന ഇന്റർകോമിൽ സുധാകർ വിരൽ അമർത്തി.

അതിനു മറുപടി എന്നോണം രണ്ടു പേർ മുറിയിലേക്ക് കടന്നു വന്നു.

ജൂഹിയും ഒരു ചെറുപ്പക്കാരനും.

ചെറുതിരി വെട്ടത്തിലും ജൂഹിക്ക് ഒപ്പമുണ്ടായിരുന്ന ആ യുവാവിനെ ഞാൻ തിരിച്ചറിഞ്ഞു. പുനർജനിയിലേക്കു അയയ്ക്കപ്പെട്ട ആ വീഡിയോ ക്ലിപ്പിങ്ങിൽ, റിയ കൈമാറിയ അരികു കീറിയ ആ പാസ്സ്പോർട്ട്പകർപ്പിൽ ഞാൻ കണ്ട, രണ്ടു വർഷങ്ങൾക്കു മുൻപ് മരിച്ചു പോയി എന്ന് സുധാകർ എന്നെ ധരിപ്പിച്ച ആ മുഖം! റിയയുടെ സിദ്ധാർത്ഥ് വാസുദേവ്!

"This is a revenge story Alex! അകാലത്തിൽ പൊലിഞ്ഞു പോയ കുഞ്ഞു സഹോദരിക്ക് നീതി നടപ്പാക്കുന്നതിന് വേണ്ടി ഞങ്ങൾ മൂന്നു സഹോദരങ്ങൾ ചേർന്നു നടപ്പാക്കിയ പ്രതികാരത്തിന്റെ കഥ. നിങ്ങൾ ആ ന്യൂസ് റിപ്പോർട്ടിൽ കണ്ടത് പോലെ സോറ മാത്രമല്ല, ജൂഹിയും സിദ്ധാർത്ഥും എന്റെ സഹോദരങ്ങൾ ആണ്."

"പ്രതികാരം?" അമ്പരപ്പിനെ എനിക്ക് നിയന്ത്രിക്കാനായില്ല.

"അതെ, ഞങ്ങളുടെ കുഞ്ഞനുജത്തി സോറയെ ഇല്ലാതാക്കിയ ജെനി ജേക്കബ്ബിനോടുള്ള പ്രതികാരം." അത് വരെ നിശ്ശബ്ദയായി നിന്ന ജൂഹി വാചാലയായി.

"ജെനി ജേക്കബ്?"

"Riya was a fake identity Alex! She was 'Jeni Jacob' ഡോണപ്പോല യിൽ വർഷങ്ങൾക്കു മുൻപ് ഞങ്ങളുടെ സഹോദരിയെ കാണാതായ അതേ ദിവസം തിരോധാനം ചെയ്ത, അതേ ജെനി ജേക്കബ്!"-ജൂഹി അത് വെളിപ്പെടുത്തുമ്പോൾ എനിക്ക് തല ചുറ്റുന്നുണ്ടായിരുന്നു!

"സ്ലോ പോയ്സൺ ഉപയോഗിച്ച് നീ ആണ് റിയയെ, അല്ല ജെനിയെ കൊലപ്പെടുത്തിയത്?"

"You guessed it right! It was thallium-' the green shoot! ഒരാഴ്ചയായി അവൾ കുടിച്ചിരുന്ന വെള്ളത്തിലും കഴിച്ചിരുന്ന ഭക്ഷണത്തിലും പിന്നീട് ആശുപത്രി ഐ.സി.യുവിൽ കൊടുത്തിരുന്ന ഡ്രിപ്പിലും ആദ്യമാദ്യം ചെറിയ അളവുകളിലും പിന്നെപ്പിന്നെ കൊല്ലാനുള്ളത്രയും 'താലിയം' കലർത്തിയത് ഞാൻ തന്നെയാണ്. ഇരുപത്തിനാലു മണിക്കൂറും അവൾക്കു കാവലിരുന്ന... ഒരു ശത്രുവിനും അവളെ വിട്ടുകൊടുക്കാതെ..." തികഞ്ഞ നിർവികാരത ആയിരുന്നു അത് പറയുമ്പോൾ ജൂഹിയുടെ മുഖത്ത്!

"സുധാകറിനെയും ഞങ്ങളെയും വില്ലനാക്കുന്നതിനു മുൻപ് ജെനി ജേക്കബ് ആരായിരുന്നു എന്നു നിങ്ങൾ അറിയണം അലക്സ്.. 'റിയ' എന്ന മുഖംമൂടിയിൽ ജീവിച്ചിരുന്ന 'ജെനി ജേക്കബ്ബിനെ." സിദ്ധാർത്ഥിന്റെ ശബ്ദം മുറിയാകെ മുഴങ്ങുന്നതായി എനിക്ക് തോന്നി.

സുധാകർ പറഞ്ഞു തുടങ്ങി-

"മോഡൽ കോളേജ് മുതലുള്ള എന്റെ കോളേജ് കാലം മാത്രമേ ആത്മമിത്രമായ നിന്നോടുപോലും ഞാൻ ഇതുവരെ പങ്കുവെച്ചിട്ടുള്ളൂ.... അതിനു മുമ്പും എനിക്കൊരു ജീവിതമുണ്ടായിരുന്നു. സഹോദരങ്ങൾക്കും അമ്മയ്ക്കുമൊപ്പമുള്ള ബാല്യവും കൗമാരവും... പിതാവിന്റെ ജോലി സംബന്ധമായ സൗകര്യാർത്ഥം ഗോവയിൽ കഴിഞ്ഞിരുന്ന എന്റെയും സഹോദരങ്ങളുടെയും കുട്ടിക്കാലം. ഗോവ മെഡിക്കൽ കോളേജിലെ ഓഫീസ് ജീവനക്കാരൻ ആയിരുന്ന ഞങ്ങളുടെ പിതാവ് മരിക്കുമ്പോൾ എനിക്കു ഏഴോ എട്ടോ വയസ്സു മാത്രമാണ് പ്രായം. ഇളയ സഹോദര ങ്ങൾ തീരെ ചെറിയ കുട്ടികളും. മഡ്ഗാവിൽ നിന്ന് നാട്ടിലേക്കു മടങ്ങു വാനുള്ള അമ്മയുടെ ആദ്യ തീരുമാനത്തെ തിരുത്തിയത് കേരളത്തിൽ എത്തിയാൽ ഞങ്ങളെ കാത്തിരുന്ന അരക്ഷിതാവസ്ഥയാണ്. അമ്മയ്ക്ക് ചെറിയ ഒരു കമ്പനിയിലെ അക്കൗണ്ട്ന്റ് ആയി ജോലി ഏറ്റെടുത്ത് ഗോവയിൽത്തന്നെ തുടരുവാൻ വിധിയും കൂടെ നിന്നു. വരുമാനം കുറവെ ങ്കിലും അമ്മയെയും സഹോദരിമാരെയും സംരക്ഷിക്കുവാൻ പഠനത്തോ ടൊപ്പം ചെറിയ ജോലികൾ ചെയ്തു ഞാനും എന്നാൽ കഴിയുന്നത് ചെയ്തു. ഹൈസ്കൂളിലേക്ക് എത്തിയിരുന്ന സഹോദരിമാരും (സിദ്ധാർത്ഥ് തീരെ ചെറിയ കുട്ടിയാണ് അന്ന്!) ഞങ്ങളുടെ സാമ്പത്തിക

സ്ഥിതി മനസ്സിലാക്കി ജീവിതത്തെ മിതത്വത്തോടെ നോക്കിക്കാണുകയും മത്സരിച്ച് പഠിച്ച് വലിയ സ്കോളർഷിപ്പുകൾ നേടുകയും ചെയ്തു. മൂത്തവൾ 'സോറ'യായിരുന്നു ഏറ്റവും മിടുക്കി. സ്കൂളിലെ പഠനത്തിനു ശേഷം തുടർവിദ്യാഭ്യാസത്തിനു മുംബൈയിലെ പ്രശസ്തമായ സെന്റ് സേവ്യേഴ്സ് കോളേജിലേക്ക് പ്രവേശനം കിട്ടിയ 'സോറ'യെ സ്പോൺ സർ ചെയ്യാൻ തയ്യാറായി നഗരത്തിലെ ഒരു ചെറുകിട ബിസിനസ്സു കാരനായ രോഹൻ പിന്റോ മുന്നോട്ടു വന്നു. മുംബൈയിലേക്കു തിരിക്കുന്ന അന്നു വൈകുന്നേരം സ്പോൺസറോട് നന്ദി പറഞ്ഞു ബസ്സ് സ്റ്റേഷനിലേക്ക് പോയ സോറയുടെ മൃതദേഹം ആണ് പിന്നീട് ഞങ്ങൾ കാണുന്നത്..."

സുധാകറിന്റെ കണ്ണുകളിൽ നനവു പടർന്നു. അത്രയും സമയം മൗനത്തിലായിരുന്ന ജൂഹി ശർമ്മ പുരികം ഉയർത്തി ക്രോധം ജ്വലിക്കുന്ന നയനങ്ങളാൽ എന്നെ നോക്കി സ്വരം കനപ്പിച്ചു.

"ഞങ്ങളുടെ സഹോദരിയെ കൊന്നത് ആരാണെന്ന് നിങ്ങൾക്കറി യണോ അലക്സ്...?"

"റിയ എന്ന മുഖംമൂടി അണിഞ്ഞ, പുനർജ്ജനിയിൽ നിങ്ങൾ അഭയം കൊടുത്ത ജെനി... ജെനി ജേക്കബ്..." റിയ ഒരു കൊലയാളി ആയിരുന്നു എന്ന തിരിച്ചറിവിൽ ഞാൻ സ്തബ്ധനായി.

"എന്താണു സോറയ്ക്കു സംഭവിച്ചത്...?" എന്റെ ചോദ്യം സുധാകറി നോടായിരുന്നു.

"നിങ്ങളുടെ ഈ ചോദ്യത്തിന് ഉത്തരം കണ്ടെത്തുവാൻ വർഷങ്ങൾ ഞങ്ങൾക്കു വേണ്ടിവന്നു അലക്സ്." സുധാകർ പ്രസ്താവിച്ചു.

"ജെനി ജേക്കബിന്റെ കുടുംബം നാട്ടിലെ ബിസിനസ്സ് നഷ്ടത്തിലായ തിനെ തുടർന്ന് ഗോവയിലേക്കു കുടിയേറി, ബന്ധുവായ ജാനെറ്റിന്റെ റെസ്റ്റോറന്റ് നടത്തിപ്പിലേക്കു കടന്നവരായിരുന്നു. വളരെ പെട്ടെന്ന് തന്നെ അതു കൂടുതൽ ലാഭത്തിലാക്കാനും വിപുലീകരിക്കാനും അവളുടെ അച്ഛൻ ജേക്കബ് മണിമറ്റത്തിനു സാധിച്ചു. ഈ കാലയള വിലാണ് രോഹൻ പിന്റോ എന്ന പുതുതലമുറ സംരംഭകൻ ജെനിയുമായി ചങ്ങാത്തത്തിലാവുന്നത്. നല്ല ഗായിക ആയിരുന്ന ജെനിയുടെ ശബ്ദ ത്തിന്റെ ആരാധകൻ ആയിരുന്നു അയാൾ. എന്നാൽ അതു അയാൾക്ക് അവളിൽ ജനിച്ച അനുരാഗത്തിന്റെ അടയാളമായിട്ടാണ് ജെനി കണ്ടത്.

തന്റെ പ്രണയം രോഹനെ അറിയിക്കുമ്പോഴാണ് ജെനി അറിയു ന്നത്, അവൻ ഇഷ്ടപ്പെട്ടിരുന്നത് അവളുടെ ശബ്ദത്തെ മാത്രം ആയിരുന്നു എന്ന്! പക്ഷേ അവളെ തകർത്തു കളഞ്ഞത് മറ്റൊരു അറിവായിരുന്നു. രോഹന് വേറൊരു പ്രണയം ഉണ്ടെന്നുള്ള തിരിച്ചറിവ്. അയാൾ സ്പോൺസർ ചെയ്യുന്ന ഞങ്ങളുടെ സഹോദരി, സോറയോട്.

പ്രണയനഷ്ടത്താൽ ഹൃദയം തകർന്ന ജെനി സ്വയം ജീവിതം അവസാനിപ്പിക്കുവാനായാണ് ആദ്യം തീരുമാനിച്ചത്. ഡോണാപ്പോള യിലെ കടൽത്തീരത്ത് എല്ലാം നഷ്ടപ്പെട്ടവളെപ്പോലെയിരുന്ന അവളുടെ മനസ്സ് മാറ്റുവാനെന്നോണം മയക്കുമരുന്നുകളുടെ മായികലോകത്തേക്ക് കൂട്ടിക്കൊണ്ടുപോയത് സഹോദരൻ റോണി തന്നെയായിരുന്നു. പുതു ജീവൻ വെച്ച കച്ചവടത്തിന്റെ തിരക്കിലായിരുന്ന ജേക്കബിനും ഭാര്യ യ്ക്കും മകന്റേയും മകളുടേയും സ്വഭാവത്തിലുണ്ടായ വ്യതിയാനങ്ങ ളൊന്നും ശ്രദ്ധയിൽപ്പെട്ടില്ല. നിശാ-കോക്ക്ടെയ്ൽ-ലഹരി പാർട്ടികൾ പതിവാക്കിയ സഹോദരങ്ങൾ തെറ്റിന്റെ ഭ്രമിപ്പിക്കുന്ന പാതയിലൂടെ ഒരുപാട് സഞ്ചരിച്ചിരുന്നു ഇതിനോടകം. പതിവ് രാത്രിപ്പാർട്ടികളിൽ ഒന്ന് കഴിഞ്ഞ് ജെനിയും റോണിയും മടങ്ങവേയാണ് സ്പോൺസറായ രോഹൻ പിന്റോയ്ക്കു നന്ദി പറഞ്ഞ്, അയാളുടെ ഓഫീസിൽ നിന്നിറങ്ങി, ബസ്സ് സ്റ്റോപ്പിലേക്കു നടക്കുന്ന സോറയെ കാണുന്നത്. ലഹരിയുടെ സ്വാധീനത്തിലായിരുന്ന അനുജത്തി നഷ്ടപ്രണയത്തിന്റെ രോഷം തീർത്തപ്പോൾ ജേഷ്ഠൻ റോണി മൂകസാക്ഷിയായി. പൊലിഞ്ഞത് നിര പരാധിയായ ഒരു പെൺകുട്ടിയുടെ ജീവനാണ്... ഞങ്ങളുടെ കുഞ്ഞനു ജത്തി. ജെനി മരിക്കേണ്ടവൾ തന്നെയായിരുന്നു അലക്സ്..." സുധാ കറിന്റെ കണ്ണുകൾ ഈറനണിഞ്ഞു.

"നിങ്ങൾ ഗോവ പൊലീസിൽ പരാതിപ്പെട്ടില്ലേ...? അന്വേഷണം ഒന്നും...?" ഞാൻ അറിയാതെ ചോദിച്ചുപോയി.

"അന്വേഷണം...! പാവപ്പെട്ടവന്റെ ജീവന് പുല്ലുവിലയാണെടോ..." പല്ലു ഞെരിച്ചു ജൂഹി തുടർന്നു. "നാല് ദിവസങ്ങൾ കഴിഞ്ഞു കാലാങ്കുട്ടെ ബീച്ചിന്റെ സമീപത്തു നിന്ന് സോറയുടെ മൃതശരീരം എനിക്കു കൈമാറു മ്പോൾ പൊലീസ് ഏമാൻ പറഞ്ഞത് ഗോവയിൽ ഓരോ രാത്രിയും നടക്കുന്ന ദുരൂഹമരണങ്ങളുടെ കണക്കെടുക്കാൻ തന്നെ അയാൾക്ക് ഒരു മാസം വേണമെന്നാണ്. നീതിക്കു വേണ്ടിയുള്ള എന്റെ ശ്രമങ്ങൾ ആരും കണ്ടെന്നു നടിച്ചില്ല. റോണിയും ജെനിയും അപ്പോഴേക്കും നാട് വിട്ടിരുന്നു. എന്താണു കുഞ്ഞു പെങ്ങൾക്കു സംഭവിച്ചതെന്നു പോലും അറിയാൻ ഞങ്ങൾക്ക് ഒരു മാർഗ്ഗവും ഉണ്ടായിരുന്നില്ല..."

"വലിയ ഒരു കുറ്റകൃത്യം ചെയ്ത് അതിൽ നിന്ന് രക്ഷപ്പെടാൻ ജെനിയും സഹോദരൻ റോണിയും നാട് വിടുന്നു. ഇത് അറിയാതെ ജാനെറ്റ് അവരെ കാൺമാനില്ല എന്ന പരാതി പൊലീസിൽ നൽകുന്നു. എന്നാൽ കുറച്ചു ദിവസങ്ങൾക്കുള്ളിൽ നടന്നതെല്ലാം മനസ്സിലാക്കിയ ജാനെറ്റ് അനന്തിരവനെ നിയമക്കുടുക്കിൽ നിന്നും രക്ഷിക്കാനായി, അവർ കേരളത്തിലേക്ക് മടങ്ങി പോയതാണ് എന്ന വ്യാജ സത്യവാങ്മൂലം നൽകി സ്റ്റേഷനിൽ മുൻപ് കൊടുത്ത പരാതി പിൻവലിക്കുന്നു. ഇനിയും നിയമം അവരെ തേടി എത്താതിരിക്കുവാൻ 'ഫാൾസ് ഐഡന്റിറ്റി' എന്ന ബുദ്ധി റോണിക്കും ജെനിക്കും ഉപദേശിച്ചു കൊടുത്തതും ജാനറ്റ് തന്നെ

ആയിരുന്നിരിക്കാം!" – "ഇതൊരു സിനിമാക്കഥ പോലെ ഉണ്ടല്ലോ." ഞാൻ പറഞ്ഞു.

"വർഷങ്ങൾക്കു ശേഷം ജെനിയോട് പ്രതികാരം ചെയ്യാൻ സുധാകറും സിദ്ധാർത്ഥും ജൂഹിയും സംഘം ചേർന്നു....? പഴയ റിവഞ്ച് തീർക്കാൻ ഇത്രയും വർഷങ്ങൾ നിങ്ങൾ കാത്തിരുന്നു? ഒരുപാട് ലോജിക്കൽ പ്രശ്നങ്ങൾ ഉണ്ടല്ലോ സുധാകർ, നിങ്ങളുടെ ഈ കഥയിൽ...?" പരിഹാസച്ചുവയോടെ ഞാൻ ആരാഞ്ഞു. അത് അവ ഗണിച്ചുകൊണ്ട് സുധാകർ തുടർന്നു.

"സോറയുടെ മരണത്തിനുശേഷം ഗോവയിൽ തുടരാൻ ഞങ്ങൾക്ക് ആവില്ലായിരുന്നു. ഏറ്റവും തകർന്നുപോയത് ഞങ്ങളുടെ അമ്മയായിരുന്നു. മകളുടെ ഓർമ്മകൾ അവശേഷിക്കുന്ന നഗരത്തിൽ ഇനിയും കഴിഞ്ഞാൽ അവരുടെ മാനസിക നില എന്നന്നേക്കുമായി നഷ്ടപ്പെടും എന്ന ഭയം യാഥാർത്ഥ്യമായിരുന്നു. ആ വർഷം തന്നെ ഞങ്ങൾ നാട്ടിലേക്ക് പോന്നു. അങ്ങനെയാണ് അലക്സ്, ഞാൻ മോഡൽ കോളേജിൽ പഠിക്കുവാനായി ചേരുന്നതും നമ്മൾ തമ്മിൽ കണ്ടുമുട്ടുന്നതും. സാമ്പത്തികമായി ബുദ്ധി മുട്ടുണ്ടായിരുന്നു എങ്കിലും ജൂഹിയും സിദ്ധാർത്ഥും പഠനത്തിലൂടെ അതെല്ലാം മറികടന്നു. നഴ്സിങ്ങ് കോഴ്സ് കഴിഞ്ഞ് ജൂഹി ഡിഫൻസി യിൽ ഷോർട്ട് സർവ്വീസ് സേവനത്തിൽ പ്രവേശിച്ചു... സോറയേയും അവൾക്കു സംഭവിച്ച ദുരന്തത്തെയും മറന്നു തുടങ്ങിയിരുന്നു ഞങ്ങൾ." സുധാകർ പറഞ്ഞു നിർത്തി.

"**പി**ന്നെ എപ്പോഴാണ് ഈ സോറയ്ക്ക് എന്താണ് സംഭവിച്ചത് എന്ന തിന്റെ യാഥാർത്ഥ്യങ്ങൾ ഒക്കെ നിങ്ങൾ തിരിച്ചറിയുന്നത്...? ആരാണ് ഈ സത്യം എല്ലാം നിങ്ങളെ അറിയിക്കുന്നത്?"

എന്റെ സംശയം തികച്ചും ന്യായമായിരുന്നു.

"ദൈവത്തിന്റെ കണ്ണുകൾ ഉറങ്ങില്ല ഡിയർ ഫ്രണ്ട്... അല്ലെങ്കിൽ വർഷങ്ങൾക്കു ശേഷം അവൻ തന്നെ ഇതെല്ലാം എനിക്ക് മുന്നിൽ വിസ്തരിക്കുമായിരുന്നില്ലല്ലോ." ജൂഹി വികാരാധീനനായി.

"ആര്?"

"റോണി ജേക്കബ്, റിയ, അല്ല ജെനിയുടെ സഹോദരൻ."

"വർഷങ്ങൾക്കു ശേഷം ഡൽഹിയിലെ കമ്മാൻഡ് ഹോസ്പിറ്റൽ ഞാൻ ജോലിചെയ്യവേ അവിടെയുള്ള ഡീഅഡിക്ഷൻ വാർഡിലെ പ്രേഷ്യന്റ് ആയാണ് ഞാൻ റോണിയെ കണ്ടുമുട്ടുന്നത്. ലഹരി വിമോചന ചികിത്സയുടെ ഭാഗമായി, രോഗിക്ക് പരിചരിക്കുന്ന നേഴ്സ് നൽകുന്ന മോട്ടിവേഷനൽ കൗൺസലിംഗ് സെഷനുകൾക്ക് ഇടയിൽ എപ്പോഴോ ആണ് ആസക്തി അയാളുടെ ജീവിതത്തിൽ കൊണ്ടെത്തിച്ച കുറ്റകൃത്യ ങ്ങളുടെ ഇരുണ്ട ഭൂതകാലത്തെക്കുറിച്ച് എന്നോട് മനസ്സ് തുറന്നത്.

തെറ്റുകളിൽ തന്നോടൊപ്പം ഉണ്ടായിരുന്ന സഹോദരി ജെനി അയാളുമായി വഴി പിരിഞ്ഞതും റിയ ആയി രൂപാന്തരപ്പെട്ടതുമായ വിവ രങ്ങൾ തന്നതും അവളുടേതായി അവന്റെ പക്കൽ ഉണ്ടായിരുന്ന ഒരു ഫോട്ടോ എനിക്ക് തന്നതുമെല്ലാം റോണി തന്നെ ആണ്"

കഥയുടെ ബാക്കി ഭാഗം പൂരിപ്പിക്കാനെന്നോണം ജൂഹി സിദ്ധാർഥിനു നേരെ നോട്ടമെറിഞ്ഞു.

"പകൽ ഫ്രീലാൻസ് ചിത്രകാരനും രാത്രികാലങ്ങളിൽ ബിറ്റ്കോയ്ൻ മൈനറുമായിരുന്ന ഞാൻ ജെനസിസ് കോഡ് ക്രാക്ക് ചെയ്യുവാൻ 'ബിറ്റി' ഫോറത്തിൽ വന്ന ഒരു സഹായ അഭ്യർത്ഥനയിലൂടെയാണ് റിയ യിലേക്ക് എത്തുന്നത്. ഓൺലൈൻ പരിചയത്തിനപ്പുറം അവളെ ആദ്യ മായി നേരിൽ കണ്ട മാത്രയിൽത്തന്നെ റോണി പറഞ്ഞ കഥയിലെ ജെനി തന്നെ ആണ് അത് എന്ന് ഞാൻ തിരിച്ചറിഞ്ഞിരുന്നു."

"സോ... നിങ്ങൾ മൂന്നുപേരും ചേർന്ന് റിയയായി പുനർജ്ജന്മം കൊണ്ട ജെനിയെ ഇല്ലാതാക്കുവാൻ ഒരു പ്ലോട്ട് ആസൂത്രണം ചെയ്യുന്നു... ബിറ്റ് കോയ്ൻ വഴി ഉടലെടുത്ത സൗഹൃദം പ്രേമമായി വളർത്തിയെടുത്ത് ആരുടെയും ശ്രദ്ധയിൽപ്പെടുവാൻ സാധ്യതയില്ലാത്ത മലയോര മേഖല യിൽ താമസം ആരംഭിക്കുന്നു... ആരുമറിയാതെ അവളെ അവസാനിപ്പി ക്കുവാൻ......" എന്റെ നിഗമനങ്ങളെ ശരിവെച്ച് മൂവരും നിശ്ശബ്ദത പൂണ്ടു. ശരിയായ വഴിയിലൂടെയാണ് എന്റെ സഞ്ചാരം എന്നു മനസ്സിലാക്കി ഞാൻ തുടർന്നു.

"ബിറ്റ് കോയ്ൻ തട്ടിപ്പു സംഘങ്ങളിൽ നിന്ന് സിദ്ധാർത്ഥിന്റെ ജീവനു ഭീഷണിയുണ്ടെന്ന് അവളെ തെറ്റിദ്ധരിപ്പിക്കുവാനായി വ്യാജ ഇമെയിൽ സന്ദേശങ്ങളും മുന്നറിയിപ്പുകളും അയച്ച് ഭയപ്പെടുത്തി ഒരുമിച്ച് രാജ്യം വിടുവാനുള്ള ഒരുക്കങ്ങളൊരുക്കി, യാത്രാമദ്ധ്യേ ജെനിയെ വകവരുത്തു വാനുള്ള ബുദ്ധി നിങ്ങളിൽ ആരുടേതായിരുന്നു? എന്തോ കാരണ ങ്ങളാൽ അതു പരാജയപ്പെട്ടപ്പോൾ വഴിയരികിൽ സംഭവിച്ച ബസ്സ് അപകടത്തിലെ ഇര എന്ന മട്ടിൽ നിങ്ങൾ സഞ്ചരിച്ചിരുന്ന പച്ച നിറമുള്ള വാഹനത്തിൽ അവളെ ആശുപത്രിയിൽ എത്തിച്ച് കടന്നു കളഞ്ഞതും ആ ബുദ്ധിയുടെ ഭാഗമായിരുന്നുവോ? ആക്സിഡന്റ് നടന്ന വിവരം പ്രദേശത്തുള്ള ആർ.കെ. റെസ്റ്റോറന്റിലെ ജീവനക്കാരെ അറിയിച്ചത് പച്ച നിറമുള്ള ഒരു വാഹനമായിരുന്നുവെന്നും അതിൽ അപകടത്തിൽപ്പെട്ട പെൺകുട്ടിയെ ഹോസ്പിറ്റലിലേക്ക് കൊണ്ടുപോകുവാനായി കിടത്തി യിരുന്നുവെന്നും അവർ സ്ഥിരീകരിച്ചിട്ടുണ്ട്..."

"വോ... You are almost there Alex..." വിരലുകൾ കൂട്ടി ഞെരിച്ചു കൊണ്ട് സിദ്ധാർത്ഥ് മുറിക്കു ചുറ്റും രണ്ടാവർത്തി നടന്നു. ഭ്രാന്തനെ പ്പോലെ അയാൾ പുലമ്പി...

"ഞാൻ റിയയ്ക്കൊപ്പം (ജെനിക്ക്) താമസം തുടങ്ങിയത് അവളെ ഇല്ലാതാക്കാൻ വേണ്ടി തന്നെയായിരുന്നു. കുട്ടിക്കാലത്തെ വീട്ടിൽ അവർ ഒരുമിച്ചുള്ള രാത്രികളിൽ ഒന്നിൽ വളരെ എളുപ്പമായിരുന്നു കാലപുരിയി ലേക്ക് അവളെ പറഞ്ഞയയ്ക്കാൻ... പക്ഷേ മൃതശരീരത്തിന്റെ തെളിവു കൾ ഞങ്ങളെ കുടുക്കുമായിരുന്നു. 'it's easy to kill someone, but not so to dispose of the body' ദൂരയാത്രയ്ക്കു ഒരുക്കി പാലി ഹില്ലിന്റെ മല ഞ്ചെരിവുകളിൽ. റിയയെ ഞാൻ എത്തിക്കുമ്പോൾ പ്രതികാരത്തിന്റെ കണക്ക് പുസ്തകവുമായി ചേട്ടനും ജൂഹിയും അവിടെ കാത്തുനിൽപ്പു ണ്ടായിരുന്നു അലക്സ്. താഴ്‌വരയിലെ കടയിൽ നിന്നും അവൻ അവൾക്ക് വാങ്ങി നൽകിയ ആപ്പിൾ ജ്യൂസിൽ കലർത്തിയിരുന്ന റോഹിപ്നോൾ ഞങ്ങളുടെ ആക്രമണങ്ങളെ പ്രതിരോധിക്കുവാൻ പോലും ആവാത്ത വിധം ദുർബലയാക്കിയിരുന്നു റിയയെ ആ ശരീര ത്തിൽ ഞങ്ങൾ ഏൽപിച്ച ഒരു മുറിവും ഞങ്ങളുടെ കുഞ്ഞനുജത്തി അനുഭവിക്കേണ്ടിവന്ന വേദനകൾക്കു പകമാവില്ല മോറിസ്സ്."

'zo' റിയയുടെ ദേഹത്ത് കാണപ്പെട്ട ആ ചിഹ്നത്തിന്റെ പൊരുൾ പാട നീക്കി എന്റെ മനസ്സിൽ തെളിഞ്ഞു നിന്നു. 'zo' = 'സോറ' (zora)... പ്രതികാരത്തിന്റെ വിഭ്രാന്തിയിൽ സിദ്ധാർത്ഥ് റിയയുടെ ശരീരത്ത് കോറിയിട്ട അയാളുടെ സഹോദരിയുടെ പേര്...

"Everything went as per our plan. except for that old man...!" സുധാകറിന്റെ ശബ്ദത്തിനുമേൽ ജൂഹിയുടെ ജൽപനം ഉയർന്നുപൊങ്ങി.

"Which old man...?" എനിക്ക് അത് അറിയണമായിരുന്നു.

"അന്ന് പാലി ഹില്ലിൽ അന്വേഷണത്തിനായി നിങ്ങൾ പോയ പ്പോൾ കണ്ട ആ കുടിലിലെ വൃദ്ധൻ. ജെനിയുടെ മരണത്തിനു ഒരു ദൃക്‌സാക്ഷിയെ സൃഷ്ടിക്കുവാൻ ഞങ്ങൾക്കു താത്പര്യമില്ലായിരുന്നു. താഴ്‌വരയുടെ ആഴങ്ങളിലേക്ക് മൃതപ്രായയായ റിയയെ തള്ളിയിടാൻ കഴിയാതെ പോയത് കൊച്ചുമകനെ അന്വേഷിച്ച് ആ വഴി നടന്നുവന്ന ആ വൃദ്ധന്റെ സാന്നിധ്യമായിരുന്നു. പക്ഷേ എന്തെങ്കിലും അതിനോടകം കണ്ടിട്ടുണ്ടെങ്കിൽ ആരോടും പറയാതിരിക്കുവാനുള്ള മുന്നറിയിപ്പ് ആ കിളവന് വേണ്ടവണ്ണം കൊടുത്തിരുന്നു." പച്ച വാഹനത്തിന്റെ ഓർമ്മ കളിൽ വയോധികൻ നടുങ്ങിയത് എന്റെ ഉള്ളിലേക്ക് തികട്ടി വന്നു.

"ഭാഗ്യം ഞങ്ങളുടെ കൂടെയായിരുന്നു അല്ക്സ്. അവൾ ചത്തെന്നു തന്നെയാണ് കരുതിയത്. ബോഡി ഡിസ്പോസ് ചെയ്യാൻ അധിക മൊന്നും അലയേണ്ടിവന്നില്ല. അമിതവേഗത്തിൽ പാലിഹിൽ വളവ് കടക്കുവാൻ ശ്രമിച്ച ബസ്സ് മറിഞ്ഞതും അപകടത്തിൽപ്പെട്ട യാത്രക്കാരി യുടെ ശരീരം എന്ന തരത്തിൽ ഞങ്ങളുടെ കാറിൽ ജെനിയെ താഴ് വരയിലെ ആശുപത്രിയിൽ എത്തിച്ച കഥയ്ക്കു വിശ്വാസ്യത കൂട്ടുവാൻ തന്നെയാണ് വഴിയിൽക്കണ്ട റസ്റ്റോറന്റിൽ ബസ്സ് അപകട വിവരം ഞങ്ങൾ അറിയിച്ചത്. 'it's pretty easy to go un noticed in the event of a mass casualty...! വിജയശ്രീലാലിതയുടെ അഭിമാനത്തോടെ ജൂഹി വാചകത്തിന് അർദ്ധവിരാമമിട്ടു.

"പക്ഷേ കഥ അങ്ങനെ തീർന്നിരുന്നില്ല. റിയ മരിച്ചിട്ടില്ല എന്ന തിരിച്ചറിവ് നിങ്ങളെ വിറളി പിടിപ്പിച്ചു. അവിടെയും അവളുടെ ശിരസ്സി ലേറ്റു ഗുരുതര മുറിവ് തല്ലിക്കെടുത്തിയ ഓർമ്മകൾ നിങ്ങളുടെ രക്ഷയ്ക്കെത്തി. ഏതു വിധേനയും ജെനിയെ എന്നന്നേക്കുമായി അവ സാനിപ്പിക്കുവാൻ നിങ്ങൾ 'പ്ലാൻ ബി' തേടി. ജേർണലിസ്റ്റ് എന്ന നില യിലുള്ള പരിചയങ്ങൾ വെച്ച് അനാഥയായ ആക്സിഡന്റ് സർവൈവറെ 'പുനർജ്ജനി'യെന്ന സമൂഹം ആദരിക്കുന്ന പുനരധിവാസകേന്ദ്രത്തി ലേക്ക് എത്തിക്കുവാനുള്ള കടലാസ്സു ജോലികൾ നിങ്ങൾ നടത്തി യെടുത്തു. ഞാനുമായുള്ള സൗഹൃദം അതിനായി മുതലെടുക്കുവാൻ ലേശം പോലും അറപ്പുണ്ടായിരുന്നില്ല. സാത്വികന്റെ മുഖംമൂടിയണിഞ്ഞ സുധാകർ എന്ന ബോൺ ക്രിമിനലിന്..." എന്റെ വാചകങ്ങൾക്ക് മൂർച്ച ഏറെ ആയിരുന്നു!

"നിങ്ങളെ വിഡ്ഢിവേഷം കെട്ടിച്ചതിൽ എനിക്കു ആത്മാർത്ഥമായി ദുഃഖമുണ്ട് അലക്സ്. നിങ്ങളെ ഒരു സുഹൃത്തെന്ന നിലയിൽ ഞാൻ ആത്മാർത്ഥമായി സ്നേഹിക്കുന്നു, ബഹുമാനിക്കുന്നു. എന്നാൽ എന്റെ സ്ഥാനത്തു നിങ്ങൾ ആയിരുന്നു എങ്കിൽ, സംഭവിച്ച ദുരന്തങ്ങൾക്ക് കണക്കു തീർക്കുവാൻ ഇതുപോലൊരു അവസരം വന്നിരുന്നു എങ്കിൽ ഇത് തന്നെയല്ലേ നിങ്ങളും ചെയ്തിട്ടുണ്ടാവുക?"

എന്റെ പ്രകോപനത്തിലും സൗമ്യത കൈ വെടിയാതുള്ള സുധാ കറിന്റെ മറുപടിയിൽ ഒരു നിമിഷം ഞാനും ഒന്ന് പകച്ചു. അയാൾ പറയുന്നതിലും പതിരില്ലേ?

"പുനർജ്ജനിയിലേക്കു നിങ്ങൾ അയപ്പിച്ച സിദ്ധാർത്ഥിന്റെ വീഡിയോയുടെ ഉദ്ദേശ്യം എന്തായിരുന്നു...?" എന്റെ ചോദ്യങ്ങളുടെ ഉറവ വറ്റിയിരുന്നില്ല.

"റിയയുടെ ഓർമ്മ നഷ്ടത്തിന്റെ അതിര് മനസ്സിലാക്കുവാൻ പിന്നെ ഞങ്ങൾ എന്തു ചെയ്യണമായിരുന്നു അലക്സ്...? വീഡിയോയിലെ സിദ്ധാർത്ഥിനെ അവൾ തിരിച്ചറിഞ്ഞതിലൂടെ 'ഷോർട്ട് ടൈം മെമ്മറി ലോസ്സ്' മാത്രമേ അവൾക്കുള്ളൂ എന്നു ഞങ്ങൾക്കു ബോധ്യമായി..." സിദ്ധാർത്ഥ് ധൃതികാട്ടാതെ പ്രതിവചിച്ചു.

"നിങ്ങളാണ്, അപായപ്പെടുത്തിയത് എന്ന് ചോദ്യം ചെയ്യലിൽ പൊലീസിനോട് അവൾ പറഞ്ഞിരുന്നുവെങ്കിൽ...?"

"മനുഷ്യൻ ചതിച്ചാലും മരുന്നു ചതിക്കില്ല സുഹൃത്തേ... അവൾക്ക് ഓർമ്മഭംഗം വന്നിരുന്നില്ലെങ്കിൽ പോലും നടന്നതൊന്നും സ്വപ്നത്തി ലെന്നപോലെ കൂടി തോന്നാന്നത്തയത്ര അളവിൽ 'റോഹിപ്നോൾ' ഉള്ളിൽ എത്തിച്ചിട്ടാണ് പാലി ഹില്ലിലേക്ക് റിയയെ സിദ്ധാർത്ഥ് കൊണ്ടു

വന്നത്..." പഴുതടച്ച കുറ്റകൃത്യത്തിന്റെ ആസൂത്രണത്തെ വിവരിച്ചു ജൂഹി പുളകം കൊണ്ടു.

"ഒരു ഘട്ടത്തിൽ മാത്രം ഞങ്ങൾക്കൽപം പിഴച്ചു. സിദ്ധാർത്ഥിന്റെ പാസ്പോർട്ട് പകർപ്പ് ജെനിയുടെ പക്കലുണ്ടെന്നത് പുതിയ തിരിച്ചറിവാ യിരുന്നു. അവൾ അതു ഭദ്രമായി നിങ്ങളെത്തന്നെ ഏൽപ്പിച്ചത് രക്ഷ യായി. അല്ലെങ്കിൽ അവൻ രണ്ടു വർഷം മുൻപ് മരണപ്പെട്ടതാണെന്ന കഥയുണ്ടാക്കി നിന്നെ വിശ്വസിപ്പിക്കാൻ എനിക്കാവുമായിരുന്നില്ലല്ലോ അലക്സ്... ഞാൻ പറഞ്ഞില്ലേ ന്യായം എന്റെ കൂടെയാണ്..." - സുധാകർ ന്യായീകരിച്ചു.

"നിങ്ങളുടെ പ്രതികാരം ജയിച്ചു. ജെനി അല്പം മുൻപ് ഈ ലോകത്തെ വിട്ടു പോയി"- മൊബൈൽ മെസ്സേജ് ആയി അല്പം മുൻപ് ലഭിച്ച അറിവ് ഞാൻ ഉറക്കെ പറഞ്ഞപ്പോൾ അവർ മൂവർക്കും യാതൊരു ഭാവമാറ്റവും ഉണ്ടായില്ല. തികഞ്ഞ ശാന്തത ആയിരുന്നു അവരുടെ മുഖത്ത്.

രഹസ്യങ്ങൾ എല്ലാം അറിഞ്ഞ എന്നെ അവർ അപായപ്പെടുത്തി രക്ഷ പ്പെടുവാൻ ശ്രമിക്കും എന്ന് ഒരു നിമിഷത്തേക്ക് മനസ്സ് മന്ത്രിച്ചെങ്കിലും ഓടി അകലാനോ മുൻകൂട്ടി ആക്രമിക്കുവനോ ഒന്നും എനിക്ക് തോന്നി യില്ല. പോയ മണിക്കൂറിൽ ലഭിച്ച അറിവുകൾ മനസ്സാകെ പരിഭ്രാന്തിയി ലാഴ്ത്തിയിരുന്നു. എന്റെ മനസ്സ് വായിച്ചു എന്ന മട്ടിൽ സുധാകർ എന്നെ നോക്കി ശാന്തനായി പറഞ്ഞു.

"പേടിക്കേണ്ട അലക്സ്. ഞങ്ങൾ ആരും നിങ്ങളെ അപായപ്പെടു ത്താൻ പോകുന്നില്ല. നിങ്ങൾ എന്റെ ആത്മാർത്ഥ സുഹൃത്ത് തന്നെ യാണ്. എന്റെ ആവശ്യങ്ങൾക്കും നിർബന്ധങ്ങൾക്കും ഒപ്പം കൂട്ട് നിന്നവൻ. ഞങ്ങളെ സംബന്ധിച്ചിടത്തോളം ജെനിയുടെ മരണത്തോടെ ഈ അദ്ധ്യായം ഇവിടെ അവസാനിക്കുകയാണ്. നിയമത്തിനു കീഴട ങ്ങാനും ഞങ്ങൾ തയ്യാറാണ്. ഇതെല്ലാം മുൻകൂട്ടി കണ്ടു തന്നെയാണ് ഞാൻ ടൈംസിൽ നിന്നും രാജി വെച്ചതും. you will always remain my best buddy. I am sorry for putting you and Punarjani into all these mess." - സുധാകരന്റെ കണ്ണ് നിറഞ്ഞിരുന്നു.

അയാൾക്ക് എന്ത് മറുപടി നൽകണം എന്ന് എനിക്ക് അറിയില്ലാ യിരുന്നു. ഒന്നും മിണ്ടാതെ ഞാൻ തിരിഞ്ഞു നടന്നു.

<h2 style="text-align:center">പുനർജ്ജനിയുടെ
നന്മയ്ക്കായി</h2>

സുധാകറിന്റെ വീടിന്റെ പടികൾ ഇറങ്ങി പുനർജ്ജനിയിൽ എത്തു മ്പോൾ സംഭവിച്ചതെല്ലാം നിയമത്തിനു മുന്നിൽ കൊണ്ട് വരണം എന്ന് തന്നെ ആയിരുന്നു മനസ്സിൽ. റിയയുടെ മരണവാർത്ത പറയുവാനായി എന്നെയും കാത്തു രജനി അവിടെ നിൽപ്പുണ്ടായിരുന്നു.

"സർ, ഞാൻ ഒരുപാട് തവണ ഫോണിൽ വിളിച്ചിരുന്നു, റിയയുടെ വിവരം പറയാൻ. ഒടുവിൽ കിട്ടാതെ ആയപ്പോൾ ആണ് ഞാൻ മെസ്സേജ് അയച്ചത്. സർ ഡോ കർത്തയെ കണ്ടിരുന്നു എന്നും എന്തൊക്കെയോ സംശയങ്ങൾ പറഞ്ഞിരുന്നു എന്നും ഡോക്ടർ പറഞ്ഞു. "എന്താണു സാർ പറ്റിയത്? സർ എവിടെ ആയിരുന്നു?" രജനിയുടെ മുഖം ആശങ്കയിൽ കുതിർന്നിരുന്നു.

"അത്... സുധാകർ...?"

"സുധാകർ...?"

"സുധാകർ എവിടെ...?"

"അറിയില്ല സാർ... വിളിക്കാം..."

രജനിയോട് അറിഞ്ഞ രഹസ്യങ്ങൾ എല്ലാം പറയണമെന്നാണ് ആദ്യം കരുതിയത്. പിൻതിരിഞ്ഞത് സുധാകറിന്റെ ഭാഗത്തായിരുന്നു സത്യമെന്നു ബോധ്യപ്പെട്ടിട്ടോ സഹതാപം മുളപൊട്ടിയതുകൊണ്ടോ ആയിരുന്നില്ല. പുനർജ്ജനിയിൽ നടന്ന സത്യങ്ങൾ പൊലിസോ പുറംലോകമോ അറിഞ്ഞാൽ തകരുന്നത് സുധാകറോ ജൂഹിയോ സിദ്ധാർത്ഥോ മാത്രമല്ല... വീണുടയുന്നത് ഒരായുഷ്കാലം കൊണ്ടു ഞാൻ നേടിയെടുത്ത സൽപ്പേര് കൂടിയാവും. പുനർജ്ജനി റിസോർട്ടി ന്റെയും റീഹാബ് സെന്ററിന്റേയും ഗുഡ്വിൽ. ഒരു കൊലപാതകത്തിനു വേദിയായ ഹോട്ടലിലും പുനരധിവാസ കേന്ദ്രത്തിലും പിന്നീട് ആരു വരാനാണ്...?

I had everything to lose! My goodwill was at stake! എല്ലാവരുടെയും ഉള്ളിലുള്ള നന്മയും തിന്മയും... ആരാണ് ഈ കഥയിലെ വില്ലൻ...?

തിരസ്കരിക്കപ്പെട്ട പ്രേമത്തെ ലഹരിയുടെ ബലത്തിൽ പ്രതികാര മാക്കിയ ജെനിയോ?

സൗഹൃദത്തെയും പ്രണയത്തെയും കൃത്യമായി നിർവചിക്കാൻ കഴിയാതെ പോയ രോഹൻ പിന്റോയോ?

സഹോദരിക്ക് ലഹരിയുടെ വഴി കാട്ടി കൊടുത്ത റോണിയോ?

സത്യം മൂടിവെയ്ക്കാൻ കൂട്ട് നിന്ന ജാനെറ്റോ? ഉപകാരങ്ങൾക്കു പ്രതിഫലം എന്നോണം ബിറ്റ് കോയിൻ കച്ചവടത്തിലൂടെ ജെനി സമ്പാദിച്ച പണം ഇപ്പോഴും പറ്റുന്ന അവരുടെ മകൻ ആന്ദ്രേയോ?

നിഷ്കളങ്കയായ തന്റെ കുഞ്ഞുപെങ്ങളുടെ ജീവിതം തല്ലി ക്കെടുത്തിയവൾ അവശേഷിപ്പിച്ച കണക്കുകൾ പലിശയടക്കം തീർപ്പാ ക്കിയ സുധാകറും സഹോദരങ്ങളുമോ...?

എല്ലാം അറിഞ്ഞിട്ടും കാലങ്ങളുടെ അധ്വാനത്തിൽ കെട്ടിപ്പടുത്ത സൽപ്പേര് കളങ്കപ്പെടാതിരിക്കുവാൻ നടന്നതെല്ലാം ഉള്ളിലൊതുക്കുന്ന ഞാനോ...?

ശരിതെറ്റുകൾ എങ്ങനെ നിർവ്വചിക്കപ്പെട്ടാലും ഒന്ന് എനിക്കറിയാം... വലിയൊരു നന്മയ്ക്കു വഴിയടയാതിരിക്കാൻ ചില നേരങ്ങളിൽ തിന്മയെ കണ്ടില്ലെന്നു നടിക്കേണ്ടിവരും.

ഞാനിന്ന് ആ ചെറുതിന്മയെ പുൽകുന്നു...

എന്റെ നാളേക്കായി...

പുനർജ്ജനിയുടെ നന്മയ്ക്കായി

പ്രഥമദൃഷ്ട്യാ...

it was an accident! Let it remain so!